MW01674657

KINH THÁNH BÁNH HAMBURGER GIA ĐÌNH

100 công thức từ các nhà hàng thức ăn nhanh tốt nhất thế giới cho bánh mì kẹp thị t giòn, ngon

Thương Như

© BẢN QUYỀN 2021 TẤT CẢ QUYỀN ĐƯỢC ĐẶT CHỖ

Tài liệu này hướng đến việc cung cấp thông tin chính xác và đáng tin cậy liên quan đến chủ đề và vấn đề được đề cập. Ấn phẩm được bán với ý tưởng rằng nhà xuất bản không bắt buộc phải cung cấp các dị ch vụ kế toán, được phép chính thức hoặc đủ điều kiện. Nếu tư vấn là cần thiết, pháp lý hoặc chuyên nghiệp, một cá nhân thực hành trong nghề nên được chỉ đị nh.
Việc sao chép, nhân bản hoặc truyền tải bất kỳ phần nào của tài liệu này bằng phương tiện điện tử hoặc đị nh dạng in đều không hợp pháp. Việc ghi lại ấn phẩm này bị nghiêm cấm và không được phép lưu trữ tài liệu này trừ khi có sự cho phép bằng văn bản của nhà xuất bản. Đã đăng ký Bản quyền.

Cảnh báo Tuyên bố miễn trừ trách nhiệm, thông tin trong cuốn sách này là đúng và đầy đủ theo hiểu biết tốt nhất của chúng tôi. Tất cả các khuyến nghị được thực hiện mà không có sự đảm bảo về phía tác giả hoặc xuất bản câu chuyện. Tác giả và nhà xuất bản từ chối trách nhiệm và trách nhiệm pháp lý liên quan đến việc sử dụng thông tin này

Mục lục

CÔNG THỨC MÓN CHAY

GIỚI THIỆU

Nhắm mắt lại và hình dung cảnh này. Đó là một ngày hè nóng nực, mặt trời sắp lặn và bạn đang ngồi tại một bàn ăn đầy đủ gia đình và bạn bè. Trước mặt bạn là một chiếc đĩa với một chiếc bánh mì kẹp thị t nóng hổi, ngon ngọt ở giữa, bạn có thể ngửi thấy mùi gia vị thơm phức và nghe những người thân yêu của mình thưởng thức cuộc trò chuyện. Bạn gắp chiếc burger vào đĩa của mình và cắn một miếng lớn và thưởng thức bữa ăn ngon lành trong khi mặt trời tiếp tục lặn sau lưng bạn.

Nghe không hay sao? Chà, cuốn sách này có thể giúp giấc mơ đó trở thành hiện thực. Đi sâu vào những công thức nấu ăn đơn giản và tiết kiệm chi phí này và khám phá thế giới bánh mì kẹp thị t tuyệt đẹp.

Để đảm bảo rằng tất cả các vị giác và sở thích ăn kiêng đều được đáp ứng, chúng tôi đã chia công thức bánh mì kẹp thị t thành 5 phần.

1. Bánh mì kẹp thị t: phần này dành cho những người yêu thích thị t. Nó chứa bánh mì kẹp thị t làm từ thị t bò và thị t cừu truyền thống, nhưng cũng chứa một công thức

bất ngờ sử dụng thị t dê dành cho những người thích ăn thị t.

2. Bánh mì kẹp thị t gia cầm: phần này chứa các công thức sử dụng thị t gà, gà tây và vị t. Nó cũng chứa các công thức nấu ăn có thể được thực hiện cho mùa lễ.
3. Bánh mì kẹp thị t hải sản: phần này dành cho những người yêu thích hải sản, các công thức nấu ăn trong phần này được làm từ cá và động vật có vỏ. Chúng là những lựa chọn thay thế nhẹ nhàng và sảng khoái cho các công thức chế biến thị t và gia cầm.
4. Bánh mì kẹp thị t chay/thuần chay: phần này dành cho tất cả những người ăn có ý thức. Những công thức nấu ăn này tốt cho sức khỏe và dễ làm hơn nhưng vẫn có nhiều hương vị .
5. Toppings và nước sốt: phần này chứa các công thức nấu ăn cho những phần bổ sung nhỏ giúp đưa bánh mì kẹp thị t lên một tầm cao mới.

Hướng dẫn nấu ăn cho hầu hết các loại bánh mì kẹp thị t là chiên nông, có nghĩa là nấu các miếng bánh mì kẹp thị t trong chảo rán. Nhưng chúng có thể được nấu trong lò nướng ở chế độ nướng hoặc nướng ngoài trời. Cho dù bạn chế biến chúng theo cách nào, bánh mì kẹp thị t phải dễ dàng, không cầu kỳ và quan trọng nhất là ngon miệng.

MÓN CHÍNH

1. Burger với thị t xông khói và bơ

Thành phần

- 400 g thị t bò bằm (nạc)
- Muối
- tiêu
- 2 quả cà chua

- 1 củ hành tây (nhỏ, đỏ)

1 bơ (chín)

2 Tbsp Mayonnaise nguyên chất (80% béo)

1/2 quả chanh (nước cốt và vỏ)

- 4 lát thị t xông khói (nạc)

- **Chuẩn bị** 4 bánh burger

2. Đối với món burger với thị t xông khói và bơ, trước tiên hãy cho thị t băm vào tô, nêm muối và tiêu rồi trộn đều. Tạo thành bốn miếng.

3. Cắt cà chua và hành tây thành lát và vòng.

4. Cắt đôi quả bơ, loại bỏ đá, khoét rỗng cùi và cắt thành những khối vuông có cùng kích thước.

5. Nêm bơ với sốt mayonnaise, vỏ chanh, nước cốt chanh và tiêu rồi trộn đều.

6. Nướng bánh mì kẹp thị t trong 3-4 phút cho mỗi bên hoặc nếm thử. Sau đó lấy xuống và ủ ấm. Sau đó chiên thị t xông khói cả hai mặt

   trong 1 phút cho đến khi giòn. Cắt các cuộn mở ra và nướng nhẹ các bề mặt cắt

7. Phủ nửa dưới của bánh mì kẹp thị t, cà chua và hành tây, sau đó thêm sốt mayonnaise bơ, kết thúc với thị t xông khói giòn và đặt nửa còn lại lên trên bánh mì kẹp thị t với thị t xông khói và bơ.

2. Burger Ý

Thành phần

- 500 g thị t bò bằm (nạc)
- 2 muỗng canh mùi tây (thái nhỏ)
- 1 muỗng canh cỏ xạ hương (thái nhỏ)

1 muỗng canh hương thảo (thái nhỏ)

2 muỗng canh húng quế (tươi)

10 quả ô liu (đen)

- tiêu
- Muối
- 4 muỗng canh Mayonnaise nguyên chất (80% chất béo)
- 4 cuộn ciabatta (giảm một nửa và rang nhẹ trên bề mặt cắt)
- 1 củ hành tây (nhỏ, đỏ, cắt thành vòng)
- **Chuẩn bị** tên lửa 70 g

1. Đối với bánh mì kẹp thị t Ý, đầu tiên trộn các loại thảo mộc với thị t trong một bát lớn, nêm muối và tiêu. Đị nh hình thành bốn miếng. Cắt ô liu và húng quế.

2. Nướng bánh mì kẹp thị t ở cả hai mặt trong 3-4 phút.

3. Trong khi chờ đợi, trộn sốt mayonnaise với ô liu và húng quế xắt nhỏ. Nêm chút tiêu.

4. Đặt bánh mì kẹp thịt ở mặt dưới của cuộn ciabatta đã nướng, phủ một thìa sốt mayonnaise ô liu, hành tím và rau rocket, đặt nửa thứ 2 của chiếc bánh mì lên trên bánh mì kẹp thịt.

3. Burger rau dền

Thành phần

Đối với bánh mì kẹp thịt:

- 1 gói. Iglo Amarant-Laibchen

- 1 Bánh Bao

  2 lát (s) cà chua

  4 lát (s) dưa chuột

  1 lá xà lách

- Đối với nước sốt kem chua:
- 2 EL Sauerrahm
- tương ớt ngọt
- Xì dầu
- Muối

Sự chuẩn bị

1. Đối với món burger rau dền, hãy chuẩn bị các miếng bánh rau dền theo hướng dẫn trên bao bì và giữ ấm.
2. Cắt bánh burger làm đôi và chiên cả hai mặt trong chảo nóng.

3. Trong khi chờ đợi, rửa sạch xà lách, cà chua và dưa chuột, cắt thành lát và chuẩn bị sốt kem chua.

4. Trộn đều các nguyên liệu với nhau và nêm nếm cho vừa ăn.

5. Đối với bánh mì kẹp thị t rau dền, phủ nước sốt lên nửa miếng bánh mì kẹp thị t đã chiên và phủ rau diếp, miếng rau dền, cà chua và dưa chuột lên trên.

4. Bánh mì kẹp thị t cừu cốt lết

Thành phần

- Pita mỏng nhỏ - 8 chiếc. (30 g mỗi loại)

- Thị t cừu bằm - 450 g
- Phô mai Feta (vỡ vụn) - 0,25 cốc Thì là xay - 0,25 muỗng cà phê.
- tiêu đen xay - 0,25 muỗng cà phê.
- Dầu thực vật
- Hành tím (vòng) để phục vụ (tùy chọn)

Mầm cỏ linh lăng để phục vụ (tùy chọn),

Dưa chuột (thái lát) để phục vụ (không bắt buộc) Đối với nước sốt:

- Đậu xanh đông lạnh (tan băng) - 2 cốc
- Tỏi - 2 tép
- Lá bạc hà tươi - 0,5 cốc Dầu ô liu - 1,5 muỗng cà phê.
- Nước - 1 muỗng cà phê, Muối - 0,25 muỗng cà phê **Chuẩn bị**

1. Cho tất cả các nguyên liệu làm nước sốt vào bát của máy xay sinh tố và xay cho đến khi mị n. Đặt nước sốt sang một bên. Bật vỉ nướng để làm nóng trước ở nhiệt độ trung bình cao.
2. Trong một bát lớn, kết hợp thị t băm, phô mai, thì là và hạt tiêu đen. Chia thị t băm thành 4 phần, tạo thành một miếng cốt lết tròn từ mỗi phần.
3. Bôi trơn giá nướng bằng dầu thực vật, đặt các miếng cốt lết lên trên và chiên trong khoảng 6 phút cho mỗi mặt. Chuyển cốt lết ra đĩa và để yên trong 5 phút.
4. Cắt từng miếng cốt lết làm đôi theo chiều dọc. Và cắt đôi từng chiếc bánh pita theo chiều dọc, nhưng không cắt hết. Ở giữa mỗi hố, áp dụng 1

muỗng canh. thìa nước sốt, cho một miếng cốt lết và một lựa chọn hành tây / rau mầm / dưa chuột.

5. Phục vụ bánh mì kẹp thị t ngay lập tức.

5. Công thức bánh hamburger

Thành phần

- 800 gram thị t ức bò (tỷ lệ mỡ)
- 80 gram nước dùng
- 10 gram muối xay mị n
- 10 gram hạt tiêu đen mới xay

Sự chuẩn bị

1. Để chế biến món thị t viên hamburger thơm ngon mà vẫn mọng nước; Hai mươi phần trăm

trọng lượng của thị t ức bằng cách thêm dầu sau khi kéo vào thị t băm.

2. Nhào thị t bò xay, bạn thêm nước dùng đã chuẩn bị và hỗn hợp muối / tiêu xay, và nhào một lượng nhỏ vào miếng chả hamburger. Nâng trong tủ lạnh để nghỉ ngơi.
3. Chiên miếng bánh hamburger mà bạn ấn vào phần giữa bằng ngón tay cái, theo mức độ nấu mong muốn trên vỉ nướng.
4. Nếu mục tiêu của bạn là chuẩn bị một chiếc bánh mì kẹp thị t tự làm thực sự, hãy làm nóng bánh mì trên vỉ nướng. Làm tan chảy một lát phô mai trên thị t viên nướng như mong muốn. Làm bánh hamburger sẵn sàng phục vụ với nhiều loại nước sốt, dưa chua và rau xanh.

Chia sẻ nhiệt với những người thân yêu của bạn.

6. Bánh mì kẹp thị t mùa xuân à la Sauerland BBCrew

Thành phần

- 600 g thị t bò xay (cho hai bánh mì kẹp thị t)
- 8 lát phô mai cheddar (hoặc phô mai cay khác)
- 1 quả cà chua
- 6 lát thị t xông khói
- hành
- xa lát
- tên lửa
- muối, hạt tiêu
- bánh mì kẹp thị t (có thể là bánh mì nướng hoặc bánh mì cho phần trung bình)
- nước sốt chipotle

Sự chuẩn bị

1. Đầu tiên, bạn ướp thị t bò xay với muối/tiêu rồi trộn đều. Sau đó là thị t băm

dùng để tạo thành những miếng chả 150 g. Cách tốt nhất để làm điều này là dùng máy ép bánh mì kẹp thị t. Nước sốt chipotle cũng được chuẩn bị trước.

Vỉ nướng được chuẩn bị để nướng trực tiếp ở nhiệt độ 200 - 230 ° C. Đầu tiên, các miếng bánh mì kẹp thị t được nướng một mặt trong 3-4 phút, sau đó trở mặt. Phô mai bây giờ được đặt trên mặt đã nướng sẵn để nó có thể chảy đẹp mắt. Trong khi đó, nướng cả hai mặt của bánh trung gian để nó được đẹp và giòn, cũng như thị t xông khói. Sau 3-4 phút nữa, miếng bánh mì kẹp thị t đã sẵn sàng.

3. Sau đó, bánh mì kẹp thị t được phủ lên trên: phần dưới của bánh mì trước tiên được phủ sốt chipotle và phần bánh mì đầu tiên được đặt lên trên. Món này được phủ lên trên với 2 lát cà chua và một ít salad xanh. Bây giờ đến phần trung gian, bạn lấy nửa cái bánh bao (hoặc bánh mì nướng hoặc bánh mì cũng được). Sau đó, món này được phủ một lớp nước sốt chipotle. Đặt miếng chả thứ hai lên trên, sau đó là thị t xông khói, một ít hành tây và một

ít rau rocket. Nửa trên của bánh được phủ nước sốt và thị t bò gấp đôi

Nướng 2.

burger đã sẵn sàng - thị t ngon ngọt, cay, thị t xông khói giòn và nước sốt nóng!

7. Bánh mì kẹp thị t kiểu Hy Lạp

Thành phần

- 150 g thị t bò xay
- Phô mai Feta
- Hành tây (đỏ)
- Xúc xích hun khói
- Quả ô liu
- 1 muỗng canh Chà xát Gyros
- Sirtaki
- bánh mì kẹp thị t
- Tsatsiki

Sự chuẩn bị

1. Đầu tiên, bạn trộn thị t bò xay với chà bông con quay (1 muỗng canh mỗi miếng). Thị t băm được nhào kỹ để gia vị được phân bố đều. Sau đó, điều này được sử dụng để tạo thành những miếng chả 150 gam, được thực hiện tốt nhất bằng máy ép bánh mì kẹp thị t.

Lò nướng được chuẩn bị để nướng trực tiếp ở nhiệt độ 200 - 230 ° C. Đầu tiên, các miếng bánh burger được nướng một mặt trong 4 - 5 phút, sau đó trở mặt. Sau 4 - 5 phút nữa, miếng bánh mì kẹp thị t đã sẵn sàng. Sau đó, bánh được phủ lên trên: đầu tiên phết tsatsiki lên nửa dưới của bánh và phủ salad lên trên. Sau đó, bạn đặt miếng chả lên trên, phủ tzatziki lên trên một lần nữa và hoàn thành món bánh mì kẹp thị t với một vài viên phô mai feta, xúc xích tiêu, hành tây và ô liu - món bánh mì kẹp thị t kiểu Hy Lạp đã sẵn sàng!

Nướng 2.

8. Burger bò bít tết cao cấp

Thành phần

- 1 miếng bít tết porterhouse (khoảng 1 kg)
- Muối biển, thô
- bánh mì kẹp thị t
- 4 muỗng canh sốt mayonaise
- hương thảo tươi
- củ cải muối

Đối với hành balsamic:

- 2 củ hành tây
- 2 muỗng canh dầu
- 5 muỗng canh giấm balsamic
- 1 muỗng canh đường, màu nâu
- 1 muỗng cà phê bột ớt
- muối, hạt tiêu

Sự chuẩn bị

1. Rắc muối lên cả hai mặt bít tết 30 phút trước khi nướng. Trộn sốt mayonnaise hương thảo với sốt mayonnaise, lá hương thảo tươi (1 thìa cà phê xắt nhỏ) và một chút hạt tiêu.

   Lò nướng được chuẩn bị để nướng trực tiếp và gián tiếp. Đầu tiên, bít tết được nướng cả hai mặt trong 3 phút mỗi mặt ở nhiệt độ cao và trực tiếp. Ngay sau khi chúng tôi tạo cho thị t một lớp vỏ đẹp, nó sẽ chuyển sang mặt gián tiếp, nơi chúng tôi kéo thị t đến độ chín mong muốn.

3. Trong khi đó, chuẩn bị hành balsamic. Dầu được làm nóng trong chảo, sau đó thêm hành tây. Hành tây được nêm với hạt tiêu, muối, bột ớt và đường. Ngay khi hành chuyển sang màu trong, đổ giấm balsamic vào chảo và tiếp tục chiên trên lửa nhỏ cho đến khi giấm balsamic ngấm vào hành.
4. Khi thị t đã đạt đến nhiệt độ mục tiêu - ở đây là 55 ° C trong lõi - nó được cắt thành lát và rắc nhẹ tiêu và muối. Nửa dưới của bánh được phủ sốt mayonnaise hương thảo, thị t, hành

Nướng 2.

balsamic và củ cải thái lát được đặt lên trên - đã hoàn thành!

9. Burger bò kéo

Thành phần

- thị t bò kéo
- bánh mì kẹp thị t
- Mứt mận thị t xông khói
- Sốt BBQ, tại đây: Sốt BBQ King BBQ (dựa trên quả mận)
- mận

Sự chuẩn bị

1. Đầu tiên phết 2 - 3 thìa mứt lên nửa dưới của chiếc bánh. Một phần thị t bò kéo ngon (khoảng 100 - 120 g) được đặt lên trên. Phần trên của burger bao gồm một ít sốt BBQ và 2-3 lát mận thái lát mỏng.

10. Ăn sáng burger

Thành phần (cho hai bánh mì kẹp thị t)

- 300 g thị t bò bằm
- muối, hạt tiêu
- 6 lát thị t xông khói
- 1 quả cà chua
- 2 quả trứng
- 2 lát phô mai (ví dụ cheddar)
- nấm một
- ít dầu để chiên
- tên lửa
- 2 bánh burger
- Sốt BBQ (ví dụ thùng 51 rượu bourbon khói)

Sự chuẩn bị

1. Đầu tiên, bạn ướp thị t bò xay với muối và tiêu rồi trộn đều. Sau đó, thị t băm được sử dụng để

tạo thành những miếng chả 150 gam, được thực hiện tốt nhất bằng máy ép bánh mì kẹp thị t. Cà chua cắt miếng dày 4 - 5mm, nấm mèo thái miếng dày 2 - 3mm. *nướng*

2. Lò nướng được chuẩn bị để nướng trực tiếp và gián tiếp ở nhiệt độ 200 - 230 ° C. Cà chua được nướng cả hai mặt trong 2 phút ở nhiệt độ trực tiếp. Thị t xông khói được chiên cho đến khi có màu vàng nâu. Dầu được làm nóng trong chảo và chiên nấm trong đó. Khi nấm đã chiên mềm và đẹp mắt, bạn cho nấm vào đĩa chị u nhiệt và đặt ở mặt gián tiếp của vỉ nướng. Trứng chiên bây giờ được chiên trong chảo.
3. Đầu tiên, các miếng bánh mì kẹp thị t được nướng một mặt trong 3 - 4 phút, sau đó chúng được trở mặt. Phô mai bây giờ được đặt trên mặt đã nướng sẵn để nó có thể chảy đẹp mắt. Sau 3-4 phút nữa, miếng bánh mì kẹp thị t đã sẵn sàng.
4. Đầu tiên, nửa dưới của chiếc bánh được phết mỏng sốt BBQ, sau đó cho sốt rocket và cà chua nướng lên trên. Bánh nướng phô mai được đặt lên trên. Tiếp theo là thị t xông khói, nấm chiên và cuối cùng nhưng không kém phần quan trọng là trứng chiên. Bữa sáng burger đã sẵn sàng!

11. Chili Bacon Jam Burger

Thành phần (cho hai bánh mì kẹp thị t)

- 300 g thị t bò xay
- muối, hạt tiêu
- phô mai (ví dụ cheddar)
- xa lát
- tên lửa
- mứt ớt
- bánh mì kẹp thị t

Đối với nước sốt cocktail

- 3 muỗng canh sốt mayonaise
- 1 muỗng canh bột cà chua
- 1 muỗng canh sốt BBQ
- 1 chút giấm balsamic
- 1 nhúm muối, tiêu & đường

Sự chuẩn bị

1. Đầu tiên, bạn ướp thị t bò xay với muối và tiêu rồi trộn đều. Sau đó, thị t băm được sử dụng để tạo thành những miếng chả 150 gam, được thực hiện tốt nhất bằng máy ép bánh mì kẹp thị t. *nướng*
2. Lò nướng được chuẩn bị để nướng trực tiếp ở nhiệt độ 200 - 230 ° C. Đầu tiên, các miếng bánh burger được nướng một mặt trong 4 - 5 phút, sau đó trở mặt. Phô mai bây giờ được đặt trên mặt đã nướng sẵn để nó có thể chảy đẹp mắt. Sau 4 - 5 phút nữa, miếng bánh mì kẹp thị t đã sẵn sàng.
3. Phần dưới của bánh được phủ một lớp nước sốt cocktail. Salad và rau arugula được đặt lên trên. Tiếp theo là miếng chả bào phô mai, bên trên bạn phết mứt ớt xông khói. Đậy nắp lại - món burger mứt ớt đã sẵn sàng!

12. Bánh mì kẹp thị t lễ hội tháng mười

Thành phần (cho hai bánh mì kẹp thị t)

- 300 g thị t bò bằm
- muối, hạt tiêu
- Hành tây
- Xa lát
- Miếng bánh quy cây của Snyder
- Củ cải 2 cuộn bánh quy

Đối với Obazda

- 100 g Camembert (45% chất béo trong)
- 2 muỗng canh bơ
- ½ củ hành tây thái nhỏ
- ½ muỗng cà phê hạt caraway nghiền nát
- muối, hạt tiêu
- bột ớt
- 1 thìa cà phê bia

Sự chuẩn bị

1. Đầu tiên, bạn ướp thịt bò xay với muối và tiêu rồi trộn đều. Sau đó, thịt băm được sử dụng để tạo thành những miếng chả 150 gam, được thực hiện tốt nhất bằng máy ép bánh mì kẹp thịt.
2. Đối với Obazda, trước tiên hãy nghiền camembert bằng nĩa và trộn với bơ cho đến khi nó trở thành một khối hơi vụn. Khối lượng này được trộn với hành tây xắt nhỏ, hạt thì là, muối, hạt tiêu, bột ớt và bia. Obazda được giữ lạnh cho đến khi nó được tiêu thụ. *nướng*

1. Lò nướng được chuẩn bị để nướng trực tiếp ở nhiệt độ 200 - 230 ° C. Đầu tiên, các miếng bánh mì kẹp thịt được nướng một mặt trong 4 - 5 phút, sau đó trở mặt. Bây giờ phủ 1 muỗng canh obazda lên mặt nướng để nó chảy khắp các miếng chả. Sau 4 - 5 phút nữa, miếng bánh mì kẹp thịt đã sẵn sàng.
2. Sau đó, cuộn bánh quy cây được phủ lên trên: đầu tiên, bạn phết một ít obazda lên cuộn dưới và phủ salad lên trên. Sau đó, bạn cho miếng chả vào cuốn, tiếp đến là củ cải thái sợi mỏng và hành khoanh. Toàn bộ món ăn được phủ lên trên bởi những miếng bánh quy xoắn - đậy nắp lại và món bánh mì kẹp thịt lễ hội tháng mười đã sẵn sàng!

13. Burger xúc xích

Nguyên liệu (cho 1 burger)

- Xúc xích Salsiccia tươi (khoảng 1 ½ mỗi bánh mì kẹp thị t)
- Thảo dược Dê Camembert
- 1-2 muỗng cà phê nam việt quất
- Mứt Chorizo
- rượu vang đỏ hành tây
- bánh mì kẹp thị t
- sốt BBQ
- 1 ly rượu whisky (đến flambé)

Sự chuẩn bị

1. Đầu tiên bạn tách thị t xúc xích ra khỏi ruột. Để thực hiện, bạn dùng dao cắt dọc ruột và kéo ra. Thị t lạp xưởng được nhào kỹ lại rồi nặn thành những miếng chả. Cách tốt nhất để làm điều này là dùng máy ép bánh mì kẹp thị t.

nướng

2. Lò nướng đang được chuẩn bị cho nhiệt trực tiếp. Bánh mì kẹp thị t được nướng trong khoảng 3 phút ở cả hai mặt. Sau khi quay bánh mì kẹp thị t, nó được đốt cháy với nửa ly rượu whisky.
3. Khi ngọn lửa đã tắt, bánh mì kẹp thị t được đặt vào khu vực gián tiếp, phủ quả nam việt quất và camembert lên trên và nướng thêm 2-3 phút nữa.
4. Trong khi chờ đợi, bánh mì kẹp thị t được làm nóng trong lò nướng hoặc vỉ nướng và phủ mứt chorizo lên một mặt. Sau đó đến món chả với quả nam việt quất và camembert. Cuối cùng, thêm một ít hành tây rượu vang đỏ và một ít sốt BBQ lên trên bánh mì kẹp thị t.

14. Burger bò đôi

Thành phần

- 600 g thị t bò xay (cho hai bánh mì kẹp thị t)
- 8 lát phô mai cheddar (hoặc phô mai cay khác)
- 1 quả cà chua
- 6 lát thị t xông khói
- hành
- xa lát
- tên lửa
- muối, hạt tiêu
- bánh mì kẹp thị t (có thể là bánh mì nướng hoặc bánh mì cho phần trung bình)
- nước sốt chipotle

1. Đầu tiên bạn nêm thị t bò xay với muối/tiêu rồi trộn đều. Sau đó, thị t băm được sử dụng để tạo thành những miếng chả 150 g. Cách tốt nhất để

làm điều này là dùng máy ép bánh mì kẹp thịt. Nước sốt chipotle cũng được chuẩn bị trước.

nướng

2. Vỉ nướng được chuẩn bị để nướng trực tiếp ở nhiệt độ 200 - 230 ° C. Đầu tiên, các miếng bánh mì kẹp thịt được nướng một mặt trong 3-4 phút, sau đó trở mặt. Phô mai bây giờ được đặt trên mặt đã nướng sẵn để nó có thể chảy đẹp mắt. Trong khi đó, nướng cả hai mặt của bánh trung gian để nó được đẹp và giòn, cũng như thịt xông khói. Sau 3-4 phút nữa, miếng bánh mì kẹp thịt đã sẵn sàng.
3. Sau đó, bánh mì kẹp thịt được phủ lên trên: phần dưới của chiếc bánh mì đầu tiên được phủ sốt chipotle, và phần bánh mì đầu tiên được đặt lên trên. Món này được phủ lên trên với 2 lát cà chua và một ít salad xanh. Bây giờ đến phần trung gian, bạn lấy nửa cái bánh bao (hoặc bánh mì nướng hoặc bánh mì cũng được). Sau đó, món này được phủ một lớp nước sốt chipotle. Đặt miếng chả thứ hai lên trên, sau đó là thịt xông khói, một ít hành tây và một ít rau rocket. Nửa trên của chiếc bánh được phủ nước sốt và chiếc

burger thị t bò đôi đã sẵn sàng - thị t ngon ngọt, cay, thị t xông khói giòn và nước sốt nóng!

15. Burger phô mai ớt

Nguyên liệu (cho 2 burger)

- 300 g thị t bò xay
- muối, hạt tiêu
- tương ớt
- 4 lát cà chua
- hành
- xa lát
- 4 dải thị t xông khói
- Sốt BBQ (ví dụ sốt BBQ Tây Texas)
- bánh mì kẹp thị t

1. Đầu tiên, bạn ướp thị t bò xay với muối và hạt tiêu rồi trộn đều. Sau đó, thị t băm được sử dụng để

Sự chuẩn bị

tạo thành những miếng chả 150 gam, được thực hiện tốt nhất bằng máy ép bánh mì kẹp thị t. Sau đó pha sốt ớt phô mai theo công thức. *nướng*

1. Lò nướng được chuẩn bị để nướng trực tiếp ở nhiệt độ 200 - 230 ° C. Đầu tiên, các miếng bánh burger được nướng một mặt trong 4 - 5 phút, sau đó trở mặt. Sau 4 - 5 phút nữa, miếng bánh mì kẹp thị t đã sẵn sàng. Trong khi nướng thị t, thị t xông khói được nướng cho đến khi giòn.
2. Bây giờ bánh mì kẹp thị t đã được phủ lên trên: Đầu tiên phết một ít sốt phô mai ớt lên bánh mì kẹp thị t phía dưới và thêm một ít sốt BBQ - phết thật đẹp. Đặt lá xà lách và chả lên trên. Hành tây và 2 lát cà chua được đặt trên miếng chả và rưới sốt phô mai ớt. Cuối cùng, đặt hai dải thị t xông khói giòn lên trên và đậy nắp lại. Thị t siêu ngon ngọt, rất hợp với sốt phô mai ớt và bánh mì tự làm làm tròn vị giác!

CÔNG THỨC MÓN CHAY

16. Bánh burger

Thành phần

- 2 muỗng canh. nấm men khô
- 230 ml nước (âm ấm)
- 80 ml dầu thực vật (ví dụ dầu ô liu)
- 30 gam đường
- 1 quả trứng
- 1 muỗng cà phê muối

- 450 g bột mì
- Vừng (trắng, để rắc)
- 1 lòng trắng trứng (hoặc một ít nước, cho

đánh răng) **chuẩn bị**

1. Làm nóng lò ở 220°C.
2. Trộn men với nước, dầu và đường và để trong 5 phút.
3. Thêm trứng, muối và bột mì và nhào thành bột mị n. Đị nh hình bột thành cuộn và chia thành 12 phần bằng nhau. "Xay" từng phần thành một quả bóng: Xoay nhẹ các miếng bột giữa bàn tay khum và bề mặt làm việc cho đến khi bột có bề mặt mị n.
4. Không đặt bột quá gần nhau trên khay nướng có lót giấy nướng, phủ khăn bếp lên và để bột nở trong 15 phút.
5. Chải bánh mì kẹp thị t với một ít lòng trắng trứng (hoặc nước) và rắc hạt vừng.
6. Nướng trong 10-12 phút.

17. Burger hạt giòn

Thành phần

- 250 g các loại hạt (hỗn hợp)
- 4 muỗng canh đường
- 3 muỗng canh dầu ô liu
- 2 muỗng canh mật ong
- 100 g ô liu (đen, rỗ)
- 2 muỗng cà phê nụ bạch hoa
- 2 muỗng canh nước cốt chanh
- 10 quả nho
- 4 tờ radicchio

- 100 g camembert
- **Chuẩn bị** 4 bánh burger

1. Đối với Burger hạt giòn, trước tiên hãy cắt nhỏ các loại hạt và rang chúng trên chảo chống dính ở lửa vừa mà không có chất béo cho đến khi chúng có mùi thơm.

2. Sau đó cho đường caramen nhẹ vào chảo. Đầu tiên thêm 1 muỗng canh dầu ô liu, sau đó thêm mật ong và trộn với các loại hạt vào caramel. Đun nhỏ lửa trong 1-2 phút trên lửa vừa, thỉ nh thoảng khuấy, sau đó tắt bếp trước khi caramel chuyển sang màu quá sẫm. Ngay lập tức đặt hỗn hợp lên khay nướng có lót giấy nướng, dùng thìa tạo hình thành bốn miếng chả tròn nhỏ gọn và để nguội.

3. Cho ô liu, nụ bạch hoa, nước cốt chanh và phần dầu ô liu còn lại vào tô trộn và xay nhuyễn. Rửa và làm khô nho và radicchio. Bỏ lõi nho theo yêu cầu, sau đó cắt đôi theo chiều dọc. Cắt camembert thành lát.

4. Cắt đôi cuộn và nướng chúng. Phết một lớp mỏng bột ô liu lên nửa cuộn và đặt radicchio ở nửa dưới. Đặt nho lên trên và phủ nhân hạt lên trên.

Cuối cùng đặt Camembert lên trên. Làm nâu nhẹ pho mát bằng bếp gas và để cho nó tan chảy. Sau đó, đóng bánh mì kẹp thị t giòn với nửa trên của bánh mì.

18. Burger chay đậu bọ cánh cúng

Thành phần

- 120 g couscous
- 1/2 củ hành tây
- 1 tép tỏi
- 150 g đậu cô ve (nấu chín)
- 100g cà rốt
- 1 quả trúng
- 1 muỗng cà phê mùi tây

- 1 muỗng cà phê hẹ
- 1 vắt nước cốt chanh
- Muối
- Hạt tiêu (mới xay)
- dầu ô liu

Kêt thuc:

- 1 quả cà chua thị t
- 1 nắm tên lửa
- 100 g phô mai cừu
- mayonaise
- **Chuẩn bị** 4 chiếc bánh hamburger

1. Che couscous với một lượng nước sôi tương đương. Che và để ngâm trong 10 phút. Sau 5 phút, đánh tơi bằng nĩa.

2. Bóc vỏ hành và tỏi rồi băm nhuyễn. Đun nóng 1 muỗng canh dầu ô liu trong chảo và rang hành tây cho đến khi vàng. Thêm tỏi và nướng nhanh.

3. Nghiền đậu bọ cánh cứng bằng nĩa, gọt vỏ và nghiền mị n cà rốt. Xắt nhỏ rau mùi tây và hẹ.

4. Trộn couscous, hành tây nướng, đậu bọ cánh cứng nghiền nát, cà rốt và rau thơm xắt nhỏ với trứng. Nêm nếm với một chút nước cốt chanh, muối và hạt tiêu. Để hỗn hợp nghỉ ngơi ở nơi mát mẻ trong ít nhất 30 phút.

5. Dùng tay ướt nặn hỗn hợp thành 4 miếng chả và phết dầu lên cả hai mặt. Nướng trên vỉ nóng khoảng 10 phút cho đến khi giòn, 5 phút trở mặt. Ngoài ra, bạn có thể nướng nó trong chảo.

6. Rửa và cắt lát cà chua. Rửa xà lách và vắt khô. Nếu cần, hãy làm khô phô mai cừu và cắt thành lát.

7. Cắt các cuộn theo chiều ngang và làm nóng nhanh chúng trên vỉ nướng. Đặt chả lên trên cuộn. Phủ các lát cà chua, rocket và phô mai cừu và kết thúc bằng một ít sốt mayonnaise. Đặt nắp cuộn bánh mì lên trên.

19. burger chay

Thành phần

- 2 muỗng canh Rama Cremefine để nấu ăn
- 100 g bột mì (mị n)
- 1 muỗng cà phê Bột nở
- Muối
- 200 g zucchini (thái nhỏ)
- 150 g hạt ngô (liều lượng)
- 1 ớt chuông (đỏ, thái hạt lựu)
- 60 g Thea
- 6 cuộn vừng)
- 6 lá Lollo Verde
- 2 quả cà chua (thái lát)

sự chuẩn bị

1. Đối với bánh mì kẹp thị t rau củ, khuấy trứng, cremefine, bột mì và bột nở cho đến khi mị n, nêm muối và tiêu.
2. Trộn bí xanh, ngô và ớt chuông, tạo thành 6 miếng chả và ấn dẹt. Từ từ chiên từng viên thị t lần lượt ở cả hai mặt trong THEA nóng. Có thể chiên xong trong lò nướng ở 180 độ trong vài phút.
3. Cắt cuộn mè ra, phủ một lớp lá xà lách và lát cà chua lên trên, trang trí với sốt cà chua tự làm và đặt các miếng rau củ lên trên. Một burger rau ngon ngọt đã sẵn sàng.

20. Burger hạt dẻ

Thành phần

- 200 g hạt dẻ (nấu chín và bóc vỏ)
- 2 lát bánh mì nướng (hoặc 1 ổ bánh mì cũ)
- 100ml kem tươi
- 2 củ cà rốt (nhỏ)
- 50 g cần tây
- 30 g rễ mùi tây
- 1/2 miếng tỏi tây
- 2 củ hành lá
- 2 muỗng cà phê cỏ xạ hương (khô)
- 1 quả trứng
- Muối
- tiêu
- Bột chiên xù (theo yêu cầu)
- Mỡ lợn (hoặc dầu chiên)
- 4 miếng bánh mì kẹp thị t (sẵn sàng)

- Salad của sự lựa chọn của bạn
- **Chuẩn bị** nam việt quất (sẵn sàng)

1. Đối với bánh mì kẹp thịt hạt dẻ, cắt hạt dẻ thành miếng nhỏ. Ngâm bánh mì nướng với kem và để cho nó mềm ra.
2. Rửa, làm sạch và thái nhỏ cà rốt, cần tây, rễ mùi tây, tỏi tây và hành lá.
3. Trộn hạt dẻ, bánh mì nướng và rau với trứng trong một cái bát. Thêm gia vị và nhào mọi thứ rất tốt.
4. Nếu hỗn hợp quá mềm, hãy thêm một ít vụn bánh mì.
5. Bây giờ tạo hình những chiếc bánh mì kẹp thịt có kích thước bằng nhau từ hỗn hợp bằng tay ướt.
6. Nướng chúng trong dầu nóng hoặc mỡ lợn và để ráo nước trên khăn giấy.
7. Ngoài ra, hãy chiên nhanh miếng bánh mì kẹp thịt hoặc làm nóng chúng trong lò nướng bánh mì và phủ bên trong bằng quả nam việt quất,

cho bánh mì kẹp thịt hạt dẻ vào và trang trí bằng món salad bạn chọn.

21. Bánh mì kẹp thịt sinh tố

Thành phần

- 2 bánh hamburger
- 100 g cà rốt
- 100 g bí ngòi
- 1 quả trứng
- 1 muỗng canh bột mì (mịn)
- 1 muỗng canh mùi tây (thái nhỏ)
- 2 lát cà chua

- 2 tờ rau xà lách
- 2 lát cà tím
- rau kinh giới
- 1 tép tỏi (ép)
- dầu ô liu
- Muối
- **chuẩn bị** hạt tiêu

1. Đối với món burger sinh tố, gọt vỏ và xé nhỏ cà rốt và bí xanh. Trộn với trứng, bột mì và rau mùi tây xắt nhỏ. Nêm với muối và hạt tiêu. Đun nóng dầu ô liu trong chảo và cho hỗn hợp rau ở dạng 2 miếng vào. Chiên cả hai mặt. Lấy chả ra, bọc trong giấy nhôm và giữ ấm. Trong cùng một chảo, chiên nhanh các lát cà chua và cà tím cùng với lá oregano và tép tỏi ép. Đồng thời, cắt bánh hamburger mở và nướng chúng trên các bề mặt cắt. Đầu tiên đặt một lát cà tím vào phần dưới của cuộn. Sau đó đặt miếng rau củ, lát cà chua và cuối cùng là lá rau diếp lên trên. Đặt phần trên lên trên và ấn nhẹ xuống.

22. Bánh mì kẹp thị t

Thành phần

- 420 g bột mì
- 40 g đường cát
- 1 nhúm muối
- 1 gói men khô
- 175ml sữa
- 1 quả trúng
- 1 lòng đỏ
- 25 g bơ (từng miếng nhỏ)
- một ít bột mì (cho bề mặt làm việc)
- 1 lòng trắng trúng (để đánh răng)
- **chuẩn bị** một ít nước (để đánh răng)

1. Đối với bánh mì kẹp thị t, đầu tiên trộn bột mì, đường, muối và men trong một cái bát. Đánh sữa, trứng và lòng đỏ rồi thêm vào. Nhào tất cả mọi thứ thành một bột mị n.
2. Sau đó thêm bơ và tiếp tục nhào cho đến khi bột mị n và đẹp. Để tăng ở một nơi ấm áp trong khoảng 1 tiếng rưỡi.
3. Bột một bề mặt làm việc, tạo thành một cuộn bột, cắt tám miếng và đị nh hình thành cuộn. Đặt trên một tấm nướng lót bằng giấy nướng. Hãy để trong một giờ nữa. Khi bạn nhấn vào bột và nó trở lại vị trí ban đầu, các cuộn đã sẵn sàng để nướng.
4. Đánh bông lòng trắng trứng với một ít nước và phết lên bánh cuốn. Nướng ở 190 ° C trong khoảng một phần tư giờ cho đến khi các cuộn có màu vàng nâu.
5. Bánh mì kẹp thị t để nguội, cắt làm đôi và nhân theo ý thích.

23. Bánh mì kẹp thị t chay

Thành phần

- 1 gói burger chay (2 cái)
- 1 củ cà rốt (nghiền thô)
- 1 củ hành tây (nhỏ)
- 1/4 quả dưa chuột
- Cocktail cà chua
- 1 quả ớt chuông (xanh)
- **chế** nước sốt cocktail

1. Nghiền thô cà rốt. Cắt dưa chuột thành lát. Cắt đôi quả cà chua cocktail. Cắt hành tây thành vòng. Cắt ớt chuông thành dải.

2. Chiên nóng bánh mì kẹp thị t thuần chay.

3. Trong khi đó nướng nửa cái bánh mì. Đầu tiên đặt các lát dưa chuột, sau đó là cà rốt bào và hành tây vào nửa dưới của ổ bánh mì còn nóng.
4. Đặt bánh mì kẹp thị t nóng lên trên và rắc cà chua và ớt lên trên.
5. Rưới nước sốt cocktail bạn chọn lên trên, gói kín bánh mì kẹp thị t và phục vụ bánh mì kẹp thị t.

24. Burger chay đậu bọ cánh cứng

Thành phần

- 120 g couscous
- 1/2 củ hành tây
- 1 tép tỏi
- 150 g đậu cô ve (nấu chín)
- 100g cà rốt
- 1 quả trứng
- 1 muỗng cà phê mùi tây

- 1 muỗng cà phê hẹ
- 1 vắt nước cốt chanh
- Muối
- Hạt tiêu (mới xay)
- dầu ô liu

Kêt thuc:

- 1 quả cà chua thị t
- 1 nắm tên lửa
- 100 g phô mai cừu (chắc, ví dụ như feta)
- mayonaise
- **Chuẩn bị** 4 chiếc bánh hamburger

1. Che couscous với một lượng nước sôi tương đương. Che và để ngâm trong 10 phút. Sau 5 phút, đánh tơi bằng nĩa.
2. Bóc vỏ hành và tỏi rồi băm nhuyễn. Đun nóng 1 muỗng canh dầu ô liu trong chảo và rang hành tây cho đến khi vàng. Thêm tỏi và nướng nhanh.

3. Nghiền đậu bọ cánh cứng bằng nĩa, gọt vỏ và nghiền mị n cà rốt. Xắt nhỏ rau mùi tây và hẹ.

4. Trộn couscous, hành tây nướng, đậu bọ cánh cứng nghiền nát, cà rốt và rau thơm xắt nhỏ với trứng. Nêm nếm với một chút nước cốt chanh, muối và hạt tiêu. Để hỗn hợp nghỉ ngơi ở nơi mát mẻ trong ít nhất 30 phút.

5. Dùng tay ướt nặn hỗn hợp thành 4 miếng chả và phết dầu lên cả hai mặt. Nướng trên vỉ nóng khoảng 10 phút cho đến khi giòn, 5 phút trở mặt. Ngoài ra, bạn có thể nướng nó trong chảo.

6. Rửa và cắt lát cà chua. Rửa xà lách và vắt khô. Nếu cần, hãy làm khô phô mai cừu và cắt thành lát.

7. Cắt các cuộn theo chiều ngang và làm nóng nhanh chúng trên vỉ nướng. Đặt chả lên trên cuộn. Phủ các lát cà chua, rocket và phô mai cừu và kết thúc bằng một ít sốt mayonnaise. Đặt nắp cuộn bánh mì lên trên.

25. Burger rau củ với phô mai

Thành phần

- 1 chén (các) súp rau (khoảng 250

g)

- 180 g phô mai cứng
- 120 g vụn bánh mì
- 2 muỗng canh dầu ô liu
- **chuẩn bị** 2 muỗng canh nước

1. Đối với bánh mì kẹp thị t rau củ, hãy làm nóng lò nướng ở nhiệt độ trên / dưới 180 độ. Bóc

1 chén súp rau củ, cắt nhỏ trong máy xay thực phẩm và rang trong một ít dầu.

2. Trong lúc đó, nạo 180 gam phô mai (hoặc cắt nhỏ trong máy xay thực phẩm) và trộn với 120 gam vụn bánh mì. Thêm 2 thìa dầu ô liu và 2 thìa nước rồi trộn đều mọi thứ với hỗn hợp rau củ.

3. Nhào những quả bóng nhỏ từ khối này và sau đó làm phẳng chúng thành bánh mì kẹp thị t. Đặt trên khay nướng có lót giấy nướng và nướng trong 20 phút.

4. Sau đó, lật bánh mì kẹp thị t lại (và ai muốn làm phẳng chúng một lần nữa bằng nĩa để tạo rãnh) và nướng thêm 20 phút nữa.

26. Bánh mì kẹp thịt Falafel

Thành phần

Đối với falafel:

- 125 g đậu gà (đã ngâm)
- 1/2 củ hành tây (đã rang)
- 1 tép tỏi (nghiền nát)
- 2 muỗng cà phê mùi tây (thái nhỏ)
- 1/4 muỗng cà phê thì là
- 1/4 muỗng cà phê rau mùi

- 1/4 muỗng cà phê bạch đậu khấu
- 1 nhúm tiêu
- 1 muỗng canh bột mì
- 1 muỗng canh hạt vừng
- 1/4 muỗng cà phê *muối*
- 2 bánh burger
- 2 quả cà chua (nhỏ)
- 4 muỗng canh xà lách iceberg (cắt mì)
- 4 muỗng canh **chuẩn bị nước sốt cocktail**

1. Đối với bánh mì kẹp thị t falafel, không băm nhỏ đậu gà đã ngâm qua đêm với hành và tỏi bằng máy trộn, nhào với gia vị , muối và bột mì. Để yên trong tủ lạnh trong 1 giờ.
2. Dùng tay ẩm nặn hỗn hợp thành 2 miếng chả, lăn qua mè và chiên trong dầu nóng 180°C.
3. Cắt các cuộn và nướng cho đến khi có màu nâu nhạt, phủ cà chua thái lát lên trên, rau diếp và nước sốt cocktail, đặt các lát falafel lên trên và phủ nửa sau của cuộn.

27. Burger dừa chuối

Thành phần

- 2 lát (s) bánh mì nướng
- 1 củ hành tây
- 1 tép tỏi
- 2 quả trứng (M)
- 1/4 muỗng cà phê ớt cayenne
- 1/4 thìa cà phê đinh hương (xay)
- 1/4 muỗng cà phê thì là (xay)

- 500 g thịt bằm (hỗn hợp)
- Muối
- tiêu
- 175 g cà chua bi
- 2 quả chuối (chắc, còn hơi xanh)
- 6 muỗng canh dừa nạo sấy
- 4 cuộn pita (để làm đầy)
- 4 xiên gỗ (dài)
- **Chuẩn bị** dầu (để đánh răng)

1. Đối với burger dừa với chuối, đầu tiên ngâm bánh mì nướng sơ qua nước, sau đó vớt ra cho thật chắc. Bóc vỏ và thái nhỏ hành và tỏi rồi cho vào tô cùng với trứng, gia vị và thịt băm. Nhào mọi thứ mạnh mẽ, nêm muối và hạt tiêu. Định hình thịt băm thành 4 miếng lớn, phẳng, bọc bằng giấy bạc và đặt trong tủ lạnh. Tưới nước cho xiên gỗ.
2. Làm nóng vỉ nướng. Cà chua bi rửa sạch, chuối gọt vỏ, cắt lát dày 3cm. Xiên gỗ khô và dầu và

xen kẽ cà chua và lát chuối. Rải dừa nạo sấy ra đĩa.

3. Để vỉ nướng nóng, dầu tốt. Lật miếng chả băm nhỏ trong dừa nạo sấy, đặt lên vỉ và nướng trên lửa vừa trong 4-5 phút mỗi mặt, thỉ nh thoảng phết dầu. Nướng các xiên chuối và cà chua trên mép vỉ nướng, phết dầu và nêm muối và tiêu. Cũng nướng nhanh các cuộn pita trên vỉ nướng.

4. Cho nhân dừa vào cuộn pita, bày ra đĩa cùng với cà chua và chuối xiên và phục vụ bánh burger dừa với chuối.

28. Burger cẩu thả với khoai tây chiên

thành phần *cho*
các vai trò:

- 350 g bột mì (mị n)
- 220 ml nước (âm ấm)
- 1 chút dầu
- 1/2 gói men khô
- 1/2 muỗng cà phê muối *Đối với bánh mì kẹp thị t:*
- 500 g thị t bằm (hỗn hợp)
- 8 lát Gouda (hoặc Edam hoặc Cheddar)
- 80 g thị t xông khói (thái lát mỏng)
- 1 củ hành tây (đỏ)
- 2 tép tỏi
- 4 lá xà lách (lớn)
- 1 quả cà chua
- dầu ô liu
- Muối
- tiêu

Đối với khoai tây chiên ớt:

- 600 g khoai tây
- 2 muỗng canh tinh bột ngô
- 1/2 muỗng cà phê ớt cayenne
- Muối

chuẩn bị dầu ô liu

1. Đối với bánh mì kẹp thị t cẩu thả với khoai tây chiên, trước tiên hãy làm nóng lò nướng ở nhiệt độ 200 ° C.
2. Đối với bánh cuộn, nhào tất cả nguyên liệu thành bột mị n (máy trộn hoặc máy chế biến thực phẩm). Quý và hình thành quả bóng, bìa và khoảng. 20 phút. Chải với một ít nước và nướng trong 10 phút.
3. Đối với khoai tây chiên, rửa sạch khoai tây, bổ đôi và cắt thành những lát dày bằng ngón tay. Chà với dầu ô liu, tinh bột ngô và gia vị rồi nướng ở 200 ° C trong khoảng 25 phút.
4. Chiên thị t trên chảo nóng không dầu cho đến khi nước bốc hơi hết thì cho ô liu vào.

   dầu và chiên cho đến khi vàng nâu. Bóc vỏ và băm nhuyễn tỏi và xào nhanh.
5. Gọt vỏ hành tây và cắt thành vòng nhỏ, lá rau diếp rửa sạch và lau khô. Chiên thị t xông khói trong chảo không dầu cho đến khi giòn.
6. Cắt cà chua thành lát mỏng. Cắt đôi các cuộn, khoét rỗng một chút và cho thị t băm vào, phủ một lát pho mát lên mỗi cuộn và để nó tan chảy một chút. Xếp chồng các nguyên liệu còn lại để tạo thành một chiếc burger. Phục vụ bánh mì kẹp thị t cẩu thả với khoai tây chiên.

29. Burger kiều mạch với cà rốt và quả óc chó

Thành phần

- 80 g kiều mạch
- 125 g QimiQ Classic (không làm lạnh)
- 60 g kem phô mai
- 2 củ cà rốt (gọt vỏ, nạo)
- 2 muỗng canh quả óc chó (thái nhỏ)
- 1/2 củ hành tây (đỏ, thái nhỏ)
- Muối
- Hạt tiêu (mới xay)
- 4 bánh hamburger
- 4 lá xà lách

- 1 củ hành tây (màu đỏ, cắt thành vòng)

sự chuẩn bị

1. Đối với bánh mì kẹp thị t kiều mạch với cà rốt và quả óc chó, trước tiên hãy rửa kiều mạch qua rây dưới vòi nước chảy và đun sôi trong nước không muối cho đến khi mềm. Để nguội.
2. Đánh QimiQ Classic không làm lạnh cho đến khi mị n. Thêm pho mát kem, kiều mạch, cà rốt, quả óc chó và hành tây và trộn đều. Nêm nếm với muối và hạt tiêu.
3. Đặt hỗn hợp lên khay nướng có lót giấy nướng bằng thìa và chia thành những chiếc bánh mì burger nhỏ. Để nguội trong khoảng 4 giờ.
4. Cắt bánh hamburger. Che phía dưới mỗi nửa cái bánh với một lá rau diếp.
5. Đặt các miếng bánh mì kẹp thị t lên trên rau diếp và rắc hành tây lên trên. Đặt nửa trên lại lên trên và phục vụ bánh mì kẹp thị t kiều mạch với cà rốt và quả óc chó.

30. Burger gà với dâu tây

Thành phần

- 4 ổ bánh mì trắng
- tên lửa 100 g
- Giấm
- dầu ô liu
- Muối
- tiêu

Đối với sốt mayonaise:

- 1 quả trứng

- 1 muỗng cà phê mù tạt
- 1 muỗng canh giấm
- 150ml dầu hướng dương
- 2 muỗng canh hạt (thái nhỏ)
- Muối
- tiêu

Đối với ức gà:

- 4 ức gà
- 1 muỗng cà phê húng tây (khô)
- 1 muỗng cà phê hạt rau mùi (xay)
- 1/4 muỗng cà phê ớt (khô)
- Muối

Đối với dâu tây:

- 200 g dâu tây
- 2 muỗng canh dầu ô liu
- Muối
- tiêu

sự chuẩn bị

1. Đối với bánh mì kẹp thị t gà với dâu tây, trước tiên hãy cắt đôi ức gà theo chiều dọc, nhưng không cắt rời hoàn toàn. Mở ức gà ("cắt bướm") và chà xát gia vị và một chút muối.

2. Cắt đôi bánh mì theo chiều ngang. Dâu tây bỏ cuống, cắt thành lát mỏng và nêm với 2 thìa dầu ô liu, muối và tiêu.

3. Đối với sốt mayonnaise, đánh trứng bằng máy xay cầm tay cho đến khi sủi bọt. Thêm mù tạt và giấm và từ từ đổ dầu vào, trộn liên tục. Ngay khi sốt mayonnaise có độ đặc vừa phải, cho các loại hạt đã cắt nhỏ vào khuấy đều và nêm một chút muối và tiêu.

4. Chiên phi lê gà trong chảo hoặc trên vỉ nướng trong khoảng 4 phút ở cả hai mặt. Nướng nửa ổ bánh mì trong lò nướng hoặc trên vỉ nướng cho đến khi giòn.

5. Nêm rau rocket đã rửa sạch, để ráo nước với một ít giấm, dầu, muối và tiêu.

6. Trải tên lửa lên vụn bánh mì, đặt phi lê gà lên trên và cho dâu tây lên trên. Phết sốt

mayonnaise lên nắp cuộn bánh mì và dùng nó đóng bánh mì kẹp thị t gà với dâu tây.

31. Burger chà là phô mai dê

Thành phần

- 2 tép tỏi
- 12 quả chà là (khô, rỗ)
- Muối
- tiêu
- 40 g hạnh nhân que
- 600 g thị t cừu băm nhỏ
- 1 muỗng cà phê bột cà ri

- 100 g kem chua
- 150 g phô mai dê cuộn
- 4 lá xà lách lollo rosso
- **Chuẩn bị** 4 bánh burger

1. Đối với món burger phô mai dê và chà là, trước tiên hãy bóc vỏ tỏi, cắt đôi quả chà là và thái nhỏ cả hai trong máy cắt sét. Thêm 1 thìa cà phê muối và hạt tiêu và hạt hạnh nhân vào thị t băm và nhào mạnh trong 1-2 phút. Đị nh hình thị t băm thành bốn miếng chả có kích thước bằng nhau cao 2 cm. Bọc chả bằng màng thực phẩm và cho vào tủ lạnh ít nhất 30 phút.

2. Cho cà ri và kem chua vào tô, dùng nĩa khuấy đều và nêm muối. Cắt cuộn phô mai thành khoảng. lát dày $\frac{1}{2}$ cm để tạo thành mười hai lát. Rửa salad và lắc khô.

3. Cắt đôi cuộn và nướng chúng. Dùng thìa tạo lỗ ở giữa mỗi miếng chả. Cho các viên chả vào chảo và chiên mỗi bên trong 4-5 phút ở lửa vừa. Chỉ quay một lần. Nếu bạn không thích thị t quá hồng, hãy chiên trong 5-6 phút mỗi mặt. Sau khi quay, cho phô mai lên miếng chả để nó chảy

ra một chút. Phết kem chua cà ri lên một nửa cuộn, phủ rau diếp lên trên, đặt miếng chả lên trên và đóng bánh mì kẹp phô mai dê và chà là với nửa cuộn còn lại.

32. Burger cừu với camembert dê và trái thạch lựu

Thành phần

- 4 bánh burger hồng
- 150 g camembert dê (thái lát)
- 1 quả lựu (nhỏ, bỏ hạt)
- 2 nắm lá rau diếp (rửa sạch)
- Hương thảo (đã nhổ)
- Chồng yêu

Đối với chả cừu:

- 600-700 g thị t cừu băm nhỏ
- 20 g zatar (hỗn hợp gia vị Bắc Phi)
- 1 tép tỏi (thái nhỏ, tùy chọn)
- muối biển
- Hạt tiêu (từ nhà máy)
- **Chuẩn bị** dầu ô liu (để chiên)

1. Đối với bánh mì kẹp thị t cừu với camembert dê và lựu, trước tiên hãy chuẩn bị những chiếc bánh mì kẹp thị t màu hồng.

2. Đối với chả cừu, trộn tất cả các nguyên liệu trong một cái bát cho đến khi hỗn hợp bắt đầu kết hợp. Ấn thị t băm thành hình tròn có cùng đường kính với bánh mì kẹp thị t. Tạo hình chả và chiên trong chảo với một ít dầu ô liu trong khoảng 2 phút. Phủ camembert dê lên trên các miếng chả đã chiên và nướng trong lò có chức năng gratin trong 1 - 2 phút.

3. Cắt bánh làm đôi và nướng trong chảo không mỡ.

4. Che nửa chiếc bánh bằng rau diếp và miếng thị t cừu. Rưới mật ong, rắc hương thảo và rắc một ít hạt lựu lên trên. Phục vụ bánh mì kẹp thị t cừu với camembert dê và lựu.

33. Bánh mì kẹp thị t Halloumi với rau nướng và Tabbouleh

Thành phần

- 4 bánh burger
- 1-2 gói Halloumi
- dầu ô liu
- 4 lá xà lách
- một ít rau mùi tây (tuốt, để trang trí)

Đối với rau củ nướng:

- 1 quả cà tím
- 1 quả ớt nhọn
- 1 quả bí xanh
- 4 nhánh hương thảo
- 4 nhánh cỏ xạ hương
- 1 tép tỏi
- 1 muỗng canh giấm balsamic
- 10 muỗng canh dầu ô liu
- Muối
- Hạt tiêu (từ nhà máy) *Đối với*

Tabbouleh:

- 1/2 chén (s) bulgur
- 1 nhánh hành lá
- 1 chén (s) nước (nóng)
- 2 bó mùi tây (lớn)
- 1 bó rau mùi
- một ít bạc hà (tươi)

- 2 quả chanh (nước cốt)
- 2 muỗng canh dầu ô liu
- 2 quả cà chua
- Muối
- Hạt tiêu (từ nhà máy)

chuẩn bị ớt

1. Đối với bánh mì kẹp thị t Halloumi với rau nướng và tabbouleh, trước tiên đối với món tabouleh, hãy cho bulgur vào bát. Cắt hành lá thành sợi nhỏ và trộn với bulgur. Nhào nhẹ để bulgur hấp thụ hương vị hành tây. Thêm nước nóng và ngâm trong 30 phút.

2. Xắt nhỏ rau mùi tây, rau mùi và bạc hà. Trộn nước cốt chanh và dầu ô liu vào nước xốt. Nêm muối, ớt và hạt tiêu cho vừa ăn rồi trộn đều với bulgur. Xúc xắc cà chua và trộn với tabouleh. Để nó ngâm trong tủ lạnh ít nhất một giờ.

3. Đối với các loại rau nướng, nghiền mị n cỏ xạ hương, hương thảo và tỏi. Trộn với giấm và dầu ô liu, nêm muối và hạt tiêu.

4. Cắt rau thành dải dài và mỏng. Chải với một ít dầu ô liu và chiên trên tất cả các mặt. Sau đó chải với dầu thảo dược và để ướp trong 30 phút.

5. Chiên halloumi trong chảo với một ít dầu ô liu, nêm một chút nếu cần.

6. Cắt đôi bánh mì kẹp thị t theo chiều ngang và nướng chúng trong chảo không mỡ.

7. Xếp halloumi, tabbouleh và rau nướng với các nguyên liệu còn lại vào giữa những chiếc bánh mì kẹp thị t, rưới một ít dầu ô liu lên và phục vụ món bánh mì kẹp thị t halloumi với rau nướng và tabbouleh.

34. Falafel burger với sữa chua bạc hà và em bé quả dưa chuột

Thành phần

- 4 bánh mì kẹp thị t màu vàng
- 2-3 quả dưa chuột con (hoặc dưa chuột lớn)
- cải xoong vườn

Đối với falafel:

- 500 g đậu xanh (đóng hộp)
- 1/2 củ hành tây (đỏ)
- 2 tép tỏi

- 1 bó rau mùi
- 1/2 bó mùi tây
- 1 trái ớt
- 1 quả chanh
- 1 muỗng canh thì là
- 1/2 muỗng canh muối
- 100g bột đậu xanh

Đối với sữa chua bạc hà:

- 200 ml sữa chua (kiểu Hy Lạp)
- 1/2 bó bạc hà (cắt thành dải nhỏ)
- 1/2 quả chanh (nước cốt và vỏ)
- muối biển
- **Chuẩn bị** hạt tiêu (từ nhà máy)

1. Đối với bánh mì kẹp thị t falafel với sữa chua bạc hà và dưa chuột non, đầu tiên hãy chuẩn bị những chiếc bánh mì kẹp thị t màu vàng.
2. Đối với falafel, để ráo đậu xanh và rửa sạch với nước. Rửa sạch và chà xát chanh, sau đó vắt lấy

nước cốt. Bóc vỏ tỏi và cắt hành tây thành miếng lớn. Rửa rau mùi tây và rau mùi và nhổ lá. Cắt đôi quả ớt theo chiều dài và lõi. Nghiền tất cả các thành phần trong máy trộn nhà bếp thành một khối kem. Nặn hỗn hợp thành từng viên nhỏ rồi chiên trong dầu nóng cho đến khi bánh có màu vàng đẹp mắt.

3. Trộn tất cả các nguyên liệu lại với nhau để làm sữa chua bạc hà.

4. Rửa dưa chuột và cắt dọc thành dải bằng máy gọt vỏ.

5. Cắt cải xoong vườn bằng kéo.

6. Cắt bánh làm đôi và nướng trong chảo không mỡ.

7. Sắp xếp bánh mì kẹp thị t, dưa chuột, sữa chua và cải xoong sao cho đẹp mắt giữa các nửa chiếc bánh và phục vụ bánh mì kẹp thị t falafel với sữa chua bạc hà và dưa chuột non.

35. Burger cừu với ratatouille và màu xanh

thành phần phô mai

- 4 bánh burger brioche
- 4 pho mát xanh (tối đa 8)
- 2 nắm lá rau diếp (rửa sạch)

Đối với chả cừu:

- 600 g thị t cừu băm nhỏ (tối đa 700 g)
- cây thì là
- 1 tép tỏi (thái nhỏ)
- muối biển

- Hạt tiêu từ máy xay)

Đối với món ratatouille:

- 2 quả bí xanh (nhỏ)
- 1 quả ớt chuông (đỏ)
- 1 quả ớt chuông (vàng)
- 2 cọng hành lá
- 1 muỗng canh bột cà chua
- 1 tép tỏi (tối đa 2 củ, đã bóc vỏ)
- Dầu ô liu (để chiên)
- 1 nhánh cỏ xạ hương
- Muối
- tiêu
- Đường một số **chuẩn bị nuóc**

1. Đối với bánh mì kẹp thị t cừu với ratatouille và pho mát xanh, trước tiên hãy nướng bánh mì cuộn brioche.
2. Đối với chả cừu, trộn tất cả các nguyên liệu trong một cái bát cho đến khi hỗn hợp bắt đầu

kết hợp. Nhấn hỗn hợp thị t vào một chiếc nhẫn có cùng đường kính với bánh mì kẹp thị t. Chiên chả trong chảo với một ít dầu ô liu trong cả hai mặt trong khoảng 2 phút. Phủ phô mai xanh lên các miếng chả và nướng trong lò có chức năng gratin trong 1-2 phút.

3. Rửa zucchini, cắt làm đôi theo chiều dọc và cắt thành khoảng. dày 5mm. Rửa sạch, cắt đôi và bỏ lõi ớt. Cắt bột giấy thành khối nhỏ. Làm sạch hành lá và cắt chúng theo đường chéo thành những lát / khoanh rất nhỏ.

4. Đun nóng một ít dầu ô liu trong một cái chảo nhỏ và chiên ớt bột, bí xanh và hành lá trong đó. Thêm tỏi, thái nhỏ, khuấy trong bột cà chua và khử nước với một ít nước. Nêm muối, tiêu và chút đường rồi nêm lại cho vừa ăn. Để nó sôi một chút và kết thúc với cỏ xạ hương cắt nhỏ.

5. Cắt đôi bánh mì kẹp thị t và nướng chúng trong chảo không mỡ.

6. Đổ nhân thị t cừu và các nguyên liệu còn lại vào nửa cuộn và phục vụ bánh mì kẹp thị t cừu với ratatouille và pho mát xanh.

36. Burger heo rừng

Thành phần

Đối với bún:

- 4 cuộn lúa mạch đen

Đối với patê:

- 600 g thị t heo rừng băm nhỏ
- 3 củ hẹ (thái hạt lựu)
- 80 g thị t xông khói (thái hạt lựu, chưa hun khói)

- 1/2 củ cần tây (nhỏ, nạo)
- 4 muỗng canh vụn bánh mì
- 2 quả trứng
- 1 muỗng cà phê bột cà chua
- 1/2 muỗng cà phê thì là
- 1 muỗng cà phê hương thảo (tươi băm nhỏ)
- 1 nhúm hạt tiêu (xay)
- Muối
- Hạt tiêu (mới xay) *Cho*

Cao sang:

- 400 g bắp cải
- 20 g bơ
- Hạt nhục đậu khấu, tán thành bột)
- 100 g giăm bông nấu chín (thái hạt lựu)
- Hazelnut pesto (để đánh răng)
- 4 lát phô mai Gouda

- Muối
- **Chuẩn bị** hạt tiêu (mới xay)

1. Đầu tiên, đối với phần topping, bạn rửa sạch cải thìa rồi chần qua nước muối pha loãng khoảng 7-8 phút.
2. Cắt đôi mầm, phần tư lớn. Đun chảy bơ trong chảo và ném mầm bắp cải vào đó. Nêm nếm gia vị vừa ăn và cho giăm bông thái hạt lựu vào xào, thêm một chút bơ nếu cần.
3. Phần chả, cho thị t xay vào tô trộn đều với các nguyên liệu còn lại. Cuối cùng, nêm muối và hạt tiêu.
4. Dùng tay ẩm nặn bột thành bốn miếng và nướng mỗi mặt trong khoảng 4-5 phút. Cắt đôi cuộn và nướng các bề mặt đã cắt trên vỉ nướng.
5. Chải nửa dưới của bánh với sốt hạt dẻ. Đặt miếng chả nóng lên trên và phủ các lát phô mai lên trên, chúng sẽ tan chảy.
6. Đặt mầm bắp cải lên trên và đặt nửa trên của chiếc bánh mì lên trên những chiếc bánh mì kẹp thị t heo rừng.

37. Bánh mì kẹp thị t Surf và Turf

Thành phần

Đối với bánh mì kẹp thị t:

- 200 g thị t bò bằm
- 2 bánh burger
- 10 con tôm (đã sơ chế và bóc vỏ)
- 2 lát phô mai cheddar
- 4 muỗng canh nước sốt cocktail
- 4 muỗng canh nước sốt cao răng
- 4 lá xà lách (tùy bạn chọn)

- 3 quả cà chua cocktail
- 1/2 muỗng cà phê muối biển
- 1/2 ớt bột (màu tùy thích)
- 1/2 muỗng cà phê tiêu
- **Chuẩn bị** cải xoong (tươi)

1. Nêm thị t băm với muối biển và hạt tiêu cho vừa ăn rồi nặn thành miếng chả.
2. Nướng vừa đến chín kỹ trên giá dây trên lửa vừa trực tiếp, tùy theo khẩu vị của bạn.
3. Ngay sau khi quay, đặt hai lát phô mai lên trên.
4. Trong khi nướng chả, nướng tôm cho đến khi chín. Nên sử dụng vỉ nướng để chúng không lọt qua vỉ nướng (chú ý: tôm có thể bị khô nhanh chóng).
5. Cho bột mì, muối, hạt tiêu và đường vào túi đông lạnh và thêm hành tây đã cắt thành khoanh, đồng thời lắc túi, rắc bột lên các khoanh hành tây. Sau đó chiên hành tây chiên trong chảo trong dầu hướng dương nóng.

6. Nướng các mặt cắt của bánh bao và đặt hai lá rau diếp lên trên.

7. Cắt miếng chả ở giữa (theo chiều dọc!). Đặt một nửa mỗi cái ở mặt dưới của búi tóc.

8. Cho một ít sốt tartar lên trên và rắc cà chua, hành tây chiên lên trên.

9. Bây giờ, hãy phủ lên hai nửa còn lại của chiếc bánh với ba con cá nục mỗi chiếc. Rưới nước sốt cocktail lên trên, phủ ớt bột cắt thành dải lên trên và rắc cải xoong lên trên.

10. Đặt phần ngọn bánh lên trên, ấn nhẹ và thưởng thức.

38. Burger gà tây kéo

Thành phần

- mayonaise
- 1 quả dưa chuột
- 2 củ hành tây (đỏ)
- 4 bánh mì kẹp thị t đen *Dành cho người kéo*

Thổ Nhĩ Kỳ:

- 4 chân gà tây
- 4 muỗng canh gia vị bí ngô
- 1 muỗng canh ớt bột
- 1 muỗng cà phê muối
- 1 muỗng cà phê hạt tiêu (từ cối xay)
- 1 củ hành tây (đỏ)
- 250 ml súp rau củ
- 50 g đường (nâu)
- 1 muỗng cà phê xi-rô cây thích

- 2 muỗng canh mù tạt mật ong
- 1 muỗng canh nước tương **chuẩn bị**

1. Đối với bánh mì kẹp thị t gà tây kéo, trước tiên hãy làm nóng lò ở nhiệt độ đáy 130 ° C.
2. Đối với Gia vị bí ngô kéo gà tây, trộn với các loại gia vị còn lại. Chân gà tây rửa sạch, thấm khô và ướp gia vị . Gọt vỏ hành tây và cắt thành miếng nhỏ. Trộn súp, đường, xi-rô cây phong, mù tạt và nước tương.
3. Đặt hành tây vào chảo nướng chị u nhiệt, đặt chân gà tây lên trên và đổ chất lỏng lên trên.
4. Đóng lò nướng và để thị t nấu trong khoảng 4 giờ. Sau đó, bạn có thể dễ dàng tách nó ra và dùng nĩa kéo nó ra khỏi xương.
5. Trong khi đó chuẩn bị bánh burger đen. Rửa dưa chuột và cắt thành lát mỏng. Gọt vỏ hành tím và cắt thành vòng. Rửa và làm sạch rau diếp và nhổ nó thành những miếng lớn.
6. Cắt đôi bánh mì kẹp thị t theo chiều ngang, phủ sốt mayonnaise lên cả hai nửa và phủ nửa dưới bằng lá rau diếp. Trải gà tây kéo lên trên, rưới một ít nước thị t lên trên, rắc dưa chuột và

hành tây lên trên và phủ nửa trên của chiếc bánh mì lên trên.

7. Phục vụ bánh mì kẹp thị t gà tây kéo.

39. Burger bào trên bánh mì nướng nguyên hạt

Thành phần

- 400 g thị t băm (thị t bò, nạc)
- 1 ổ bánh mì
- nước
- 100 g hành tây
- 1 muỗng canh dầu hướng dương

- 1 muỗng canh mùi tây
- 1 muỗng canh bột đậu nành
- Muối
- Tiêu, nhục đậu khấu
- lá kinh giới

Để chiên:

- 20 g bơ thực vật

Đối với lưới:

- 1 gói phô mai mozzarella (125 g)
- 50 g hành *lá*
- xà lách 1/4 đầu
- 4 lát bánh mì nướng nguyên cám

sự chuẩn bị

1. Đối với bánh mì kẹp thị t nạo, rửa rau diếp và cắt hành lá thành vòng.
2. Ngâm bánh mì vào nước và vắt thật ráo nước.
3. Xắt nhỏ hành tây, chiên cho đến khi vàng,

4. Trộn đều thị t băm với tất cả các thành phần khác, tạo thành miếng chả và chiên vàng cả hai mặt.

5. Rắc hành lá và phô mai mozzarella lên trên.

6. Nướng trong lò đã làm nóng trước ở 200 ° C trong khoảng 10 phút.

7. Nướng bánh mì ngũ cốc nguyên hạt, phủ một lóp lá rau diếp và đặt bánh mì kẹp thị t đã nạo lên trên.

40. Bánh mì kẹp thị t gà

Thành phần

- 450ml sữa
- 120 g bơ
- 280 g bột mì
- 2 muỗng cà phê baking soda
- 140 g phô mai
- 2 nhánh mùi tây (mị n)
- 2 quả trứng
- 2 thìa cà phê muối
- Dầu (để bôi trơn)
- 2 quả cà chua
- 5 lá xà lách (iceberg diếp)
- 600 g ức gà
- Muối
- Hạt tiêu (mới xay)
- 2 muỗng canh dầu
- 6 muỗng canh. **pha chế** tương ớt ngọt

1. Đun nóng sữa trong một cái chảo nhỏ và hòa tan bơ trong đó. Nhấc chảo ra khỏi bếp và để hỗn hợp bơ-sữa nguội bớt.

2. Trộn bột mì với bột nở. Bào cheddar thật mị n. Rau mùi tây rửa sạch, thấm khô bằng giấy ăn rồi thái nhỏ.

3. Trộn trứng với muối trong một cái bát, sau đó trộn đều bột mì. Thêm hỗn hợp bơ và sữa. Cuối cùng trộn cheddar và rau mùi tây.

4. Làm nóng bàn ủi bánh quế và chải bằng dầu. Cho một muôi bột vào khuôn nướng bánh quế và nướng bánh quế cho đến khi có màu vàng nâu. Lấy bánh quế ra khỏi bàn ủi và giữ ấm. Nướng thêm 9 bánh quế.

5. Trong khi đó, rửa cà chua và cắt chúng thành lát. Rửa rau diếp và nhổ nó thành những miếng có kích thước bằng bánh quế. Rửa phi lê gà, thấm khô bằng giấy ăn và cắt thành dải hẹp. Muối và tiêu.

6. Đun nóng dầu trong chảo và chiên các miếng gà trong đó. Trộn tương ớt và tiếp tục chiên nhanh trên lửa vừa cho đến khi thị t chín.

7. Top 5 bánh quế nhân thị t nóng hổi, phủ phô mai Trải cà chua và rau diếp lên trên và phủ 5 chiếc bánh quế còn lại. Phục vụ burger bánh quế ngay lập tức.

41. Bánh mì kẹp thị t với bột gai dầu

Thành phần

- 1 gói men khô
- 200ml sữa
- 1 nhúm đường
- 170 g bột mì (mị n)

- 40 g bột gai dầu
- Một ít hạt nhục đậu khấu
- 1 muỗng cà phê bột cà ri
- 1/2 thìa cà phê muối

-
- 1 quả trứng

Chuẩn bị 3 muỗng canh dầu

ô liu

1. Trộn mầm khô với sữa, đường và một ít bột mì và để trong khoảng 15 phút ở nơi ấm áp, phủ khăn ẩm.

2. Sau đó nhào với phần bột còn lại, bột gai dầu, nhục đậu khấu, bột cà ri, muối, dầu và lòng đỏ trứng (để lòng trắng trứng sang một bên để đánh) để tạo thành một khối bột mị n. tối thiểu Để tăng trong 30 phút.

3. Nhào bột kỹ một lần nữa, vo tròn bột và cắt thành 6 phần bằng nhau. Xoay lỏng lẻo từng phần giữa hai bàn tay khum cho đến khi bột có bề mặt mị n.

4. Đặt trên một tấm nướng có lót giấy nướng (không quá sát nhau) và đậy nắp lại trong khoảng. 15 phút. Phết lòng trắng trứng và nướng trong lò đã làm nóng trước ở nhiệt độ 220°C trong khoảng 15 phút.

42. Burger cá ngừ

Thành phần

- 600 g cá ngừ (tươi, chất lượng sashimi)
- 1 bó mùi tây
- 1 bó húng quế
- 1 bó bạc hà
- 4 cọng (s) hành lá
- 1 nhúm rau mùi (xay)
- 1 quả chanh (nước cốt và vỏ chanh)
- 1 quả ớt (thái nhỏ)
- 2 muỗng canh dầu ô liu

-
-

Muối

Hạt tiêu (mới xay)

- Lá rau diếp
- 4 cuộn ciabatta (hoặc cuộn burger)
- 1 quả chanh (thái lát)
- **Chuẩn bị** sốt cà

chua

1. Đối với bánh mì kẹp thị t cá ngừ, trộn cá ngừ, rau thơm, hành lá, rau mùi và vỏ chanh với ớt trong một cái bát. Ngoài ra, nếu bạn muốn có một phiên bản tự chế biến hơn, hãy thái nhỏ tất cả các nguyên liệu và trộn đều với nhau.

2. Đặt hỗn hợp trên một bề mặt làm việc sạch sẽ và cắt thành 4 miếng. Cắt nhỏ cá ngừ và chia thành từng miếng bánh mì kẹp thị t (MẸO: tay ướt sẽ không dính nhiều cá), trước tiên hãy nặn thành hình tròn rồi dùng tay ấn chặt.

3. Để miếng chả cá ngừ đã hoàn thành nghỉ trong nửa giờ bằng màng bọc thực phẩm hoặc thứ gì đó tương tự. Làm nóng trước chảo hoặc tốt nhất là vỉ nướng.

   Phết dầu lên cả hai mặt miếng chả và rắc muối và tiêu.

4. Chiên từng ổ bánh trong khoảng. 2 phút ở cả hai mặt hoặc ở bất kỳ cấp độ nấu nào.

5. Rán nhẹ bánh mì kẹp thị t trên đĩa nướng / hoặc chảo có sườn và sau đó phủ miếng cá ngừ lên mỗi chiếc bánh mì kẹp thị t. Trang trí với sốt cà chua, lá rau diếp ướp và, nếu bạn thích, một lát cà chua.

-

-

43. Burger thị t xông khói

Thành phần

- 500 g thị t bằm (hỗn hợp)

    6 ổ bánh mì (mua hoặc tự làm)

    120 gram thị t xông khói

- 1 củ hành tây
- 1 quả cà chua
- 6 lát Gouda

- 6 lá xà lách
- Sốt cà chua

-
-

chuẩn bị muối

tiêu mayonnaise

1. Đối với burger thị t xông khói, nêm thị t với muối và hạt tiêu, cắt thành lát mỏng và chiên trong một ít dầu.

2. Chiên thị t xông khói cho đến khi giòn. Cắt bánh ra. Đầu tiên quét sốt cà chua, sau đó cho thị t lên trên rồi cho cà chua, hành tây, rau diếp và thị t xông khói lên trên.

3. Trang trí với sốt mayonnaise.

44. Bánh mì kẹp thị t mùa hè

Thành phần

- 1 quả cà chua
- 1 phô mai mozzarella
- 10 dag thị t xông khói
- 1 chiếc. Baguette (mộc mạc hoặc ciabatta)
- 1 gói hỗn hợp xà lách
- 1/2 cốc kem nặng
- 1 1/2 muỗng canh sốt mayonaise

400 g thị t gà (phi lê hoặc schnitzel)

2 tép tỏi (nhỏ)

1 muỗng canh mù tạt

- 4 muỗng canh dầu ô liu

Chuẩn bị 1/2 quả

chanh

1. Đối với bánh mì kẹp thị t mùa hè, làm sạch thị t và ướp với dầu ô liu, mù tạt, muối và hạt tiêu và nước cốt của nửa quả chanh.

2. Đối với nước sốt, khuấy kem với sốt mayonnaise cho đến khi mị n và nêm tỏi, muối, hạt tiêu và mù tạt.

3. Cắt cà chua và mozzarella thành lát, xà lách rửa sạch. Chiên thị t trong chảo mà không cần thêm dầu và dùng với các nguyên liệu đã chuẩn bị còn lại.

45. Burger Rùa Xanh

Thành phần

- 200 g vỏ xanh
- 2 quả trứng
- 2 muỗng canh. bột cà chua
- 80 g cà rốt
- 400 ml súp rau củ

- 1 muỗng cà phê muối
- 4 quả cà chua (nhỏ)

1/2 miếng củ cải

400 ml dầu (để chiên)

8 lá xà lách (lớn)

- Hạt tiêu (mới xay)
- Các loại thảo mộc (thái nhỏ, để hương vị)

chuẩn bị

1. Đối với bánh mì kẹp thị t rùa xanh, đun sôi nước súp với rau diếp xanh và đun nhỏ lửa trong khoảng 15 phút, sau đó tắt và đậy nắp lại và ngâm thêm 15 phút nữa.
2. Cắt nhỏ cà rốt, trộn trứng và muối, hạt tiêu, bột cà chua và rau thơm với bột mì. Đị nh hình chả và nướng trong dầu nóng cho đến khi giòn.
3. Cắt khoanh bánh mì, cho nhân nóng vào, cắt đầu cà chua, chân và đuôi củ cải.
4. Burger Rùa chua chín Phục vụ trên lá rau diếp.

BÁNH BURGER CHAY

46. Sushi bánh mì kẹp thị t

Thành phần

- 250 g cơm sushi
- 375 ml nước dùng rau củ hoặc nước dùng tảo
- 2 muỗng canh nước cốt chanh

- 2 muỗng cà phê xi-rô gạo
- 2 muỗng canh giấm gạo
- Muối

2 muỗng canh dầu mè để chiên

$\frac{1}{4}$ quả dưa chuột

1 củ cà rốt

- $\frac{1}{2}$ quả bơ
- $\frac{1}{2}$ thìa mù tạt
- 4 bánh burger
- 4 muỗng cà phê gừng ngâm (gari)
- 15 g mè rang
- 130 g salad tảo wakame (goma wakame)

Sự chuẩn bị

1. Vo sạch gạo, cho vào nồi cùng với nước luộc rau củ, ngâm khoảng 10 phút rồi đun sôi, đậy nắp nấu trên lửa nhỏ đến trung bình. Lấy cơm ra khỏi bếp và để yên trong 5 phút.

2. Trộn giấm gạo, xi-rô gạo và muối và trộn vào gạo. Để nguội một chút. Sau đó, tạo hình bốn miếng chả bằng tay ấm và nướng trong dầu mè trên lửa vừa.

3. Trong khi đó, làm sạch và rửa dưa chuột và cắt thành lát rất tốt. Gọt vỏ cà rốt và cắt thành dải mị n. Lấy đá ra khỏi quả bơ, loại bỏ cùi khỏi vỏ, cho vào bát với phần nước cốt chanh còn lại và wasabi rồi dùng nĩa nghiền nhuyễn.

4. Nướng bánh mì kẹp thị t, phết kem wasabi bơ lên đế, đặt dưa chuột, cà rốt và gari lên trên, thêm miếng cơm và dọn salad rong biển và hạt mè lên trên. Đậy nắp burger và thưởng thức khi còn nóng.

47. Burger phô mai và thị t xông khói

Thành phần:

- 250 g thị t bò xay
- 15 g lát thị t xông khói
- 2 bánh hamburger
- 2 lá xà lách
- 2 tép tỏi
- 2 lát phô mai vàng
- 2 muỗng canh dầu
- 1 củ hành đỏ

- 1 quả dưa chuột muối chua

- 1 quả trứng
- 0,5 muỗng cà phê ớt xay nóng
- 0,5 muỗng cà phê gừng xay
- mùi tây xanh
- Muối
- tiêu

sự chuẩn bị :

1. Rửa rau và để ráo nước. Gọt vỏ hành tây và cắt thành lát mỏng. Cắt bánh làm đôi và rán vàng trên chảo nóng không dầu.
2. Đặt lá rau diếp và hành tây thái lát lên trên cuộn vàng. Cho thị t xông khói hun khói vào chảo nóng không mỡ, rán vàng rồi cho các nguyên liệu còn lại vào.
3. Cho thị t băm vào tô, thêm tỏi đã bóc vỏ và ép, rau mùi tây thái nhỏ và dưa chuột muối thái hạt lựu.
4. Sau đó rắc các nguyên liệu này với tiêu, muối, gừng xay, ớt bột, sau đó cho trứng vào và nhào kỹ toàn bộ

bằng tay. Tạo thành cốt lết từ các nguyên liệu đã chuẩn bị và chiên cả hai mặt cho đến khi vàng nâu.

5. Trong khi chiên mặt còn lại của miếng cốt lết, đặt những lát vàng lên và chiên, đậy nắp lại cho đến khi phô mai tan chảy. Sau đó bắc ra khỏi bếp, thêm các nguyên liệu vào và đặt nửa trên của bánh mì đã chín vàng lên trên.

48. Burger xanh đánh vần

Thành phần

- 3 củ hẹ
- 3 muỗng canh bơ
- 150 bột mì xanh trộn với bột mì
- 500 ml nước luộc rau
- 50 g gouda nạo
- 20 g mùi tây (1 bó)
- 100 g đậu nành
- 1 muỗng canh tinh bột thực phẩm
- 1 quả trứng
- 1 chất đạm

- Muối

tiêu

- 1 quả cà chua
- ½ củ hành tây
- 2 lá xà lách
- 4 bánh burger
- 4 muỗng cà phê sốt mayonaise
- 4 muỗng cà phê sốt cà chua

Các bước chuẩn bị

1. Gọt vỏ và băm nhỏ hẹ. Đun nóng 1 muỗng canh bơ trong chảo và xào hẹ trên lửa vừa cho đến khi trong mờ. Thêm ngũ cốc đã nghiền và xào nhanh, sau đó khử men với nước dùng và để ngấm trong khoảng 10 phút trên lửa nhỏ. Khuấy phô mai, lấy ra khỏi chảo và để nguội.
2. Rau mùi tây rửa sạch, để ráo, cắt nhỏ và trộn với quark, tinh bột, trứng và lòng trắng trứng. Nêm với muối và hạt tiêu. Sau đó, tạo hình 4 miếng chả từ hỗn hợp đánh vần màu xanh lá cây và chiên chúng trong chảo với bơ cho đến khi vàng nâu cả hai mặt.
3. Rửa và cắt lát cà chua. Gọt vỏ hành tây và cắt thành vòng. Rửa sạch lá rau diếp và lau khô.
4. Cắt bánh mì, nướng bánh mì, phủ sốt mayonnaise lên nửa dưới, đặt lá rau diếp lên, đặt miếng chả lên, đổ cà chua thái lát và hành

tây chiên lên trên, sau đó thêm một ít tương cà và nửa trên của bánh mì.

49. Bánh burger đậu và đậu xanh

Thành phần:

- 400 g đậu đen ngâm chua
- 400 g đậu xanh ngâm nước muối
- 200 g ngô ngâm nước muối
- 15 g phô mai vàng bào
- 2 quả cà chua

- 2 bánh burger

2 lá bắp cải Trung Quốc

2 muỗng canh dầu

2 tép tỏi

- 1 rau diếp

- 1 củ hành tím :

1. Cắt bánh làm đôi. Rửa tất cả các loại rau và để ráo nước. Gọt vỏ hành tây và cắt thành lát mỏng. Thái nhỏ bắp cải Trung Quốc.

2. Vớt đậu, đậu xanh và ngô ra khỏi dưa chua, sau đó chia đôi từng nguyên liệu này. Sau đó, trộn một nửa số nguyên liệu đã chia bằng máy trộn điện và trộn với nửa còn lại của toàn bộ nguyên liệu.

3. Thêm phô mai bào vào hỗn hợp nguyên liệu, trộn tất cả lại một lần nữa rồi dùng tay tạo thành những miếng nhỏ. Bóc tỏi khỏi da và xào trong dầu nóng.

4. Thêm các miếng cốt lết đã tạo thành vào tỏi tráng men và chiên, đậy nắp, trên lửa nhỏ cho

đến khi pho mát bắt đầu tan chảy. Sau đó bắc ra khỏi bếp và cho vào các cuộn đã cắt. Thêm cà chua thái lát, hành tây, rau diếp và bắp cải Trung Quốc.

50. Burger nấm, phô mai, cần tây và táo

Thành phần:

- 150 g cần tây
- 15 g phô mai bào
- 2 quả táo
- 2 cây nấm lớn

- 2 lát bánh mì
- 2 muỗng canh dầu ô liu

1 quả ớt đỏ 1 thìa bơ

một bó húng quế tươi

- Muối
- tiêu

sự chuẩn bị :

1. Rửa rau và trái cây và để ráo nước. Loại bỏ lớp vỏ khỏi lát bánh mì và đặt chúng vào đĩa.
2. Ớt bỏ hạt, cắt lát mỏng rồi cho vào chảo chiên với 1 thìa dầu ô liu, rắc chút muối và chiên trong 1,5 phút.
3. Để ráo mỡ chiên và đặt lên lát bánh mì. Gọt vỏ cần tây và bào trên máy xay rau có lưới thô.
4. Táo gọt vỏ, bỏ hạt, cắt cùi thành khối nhỏ, kết hợp với cần tây nạo và đổ 1 thìa dầu ô liu.
5. Trộn các thành phần đổ và thêm vào bánh mì. Nấm rửa sạch, thêm 2 chén nước muối nhạt,

đun sôi rồi để ráo. Gọt vỏ hành tây, thái hạt lựu và xào trong bơ nóng.

6. Sau đó cho nấm đông lạnh vào, rắc tiêu, muối và phô mai bào rồi cho vào lò nướng đã làm nóng sẵn ở nhiệt độ 170 độ C. Nướng cho đến khi phô mai tan chảy, sau đó lấy ra khỏi lò và cho ra đĩa. Trang trí mọi thứ với lá húng quế.

51. Burger Polenta đậu hũ

Thành phần

- 4 bánh mì ngũ cốc nguyên hạt

400 g đậu hũ (chia thành 4 miếng cỡ bằng nhau)

4 quả cà chua mận

½ quả dưa chuột

- 4 tờ lollo biondo
- 1 muỗng canh bột mì nguyên chất
- 2 muỗng canh bột ngô
- 2 muỗng canh bánh mì ngũ cốc nguyên hạt
- 1 muỗng canh rau mùi tây xắt nhỏ
- Muối
- tiêu
- 2 muỗng canh dầu

Các bước chuẩn bị

1. Cắt đôi búi tóc. Vớt đậu phụ ra để ráo nước. Cà chua rửa sạch, bỏ cuống rồi cắt cà chua thành lát mỏng. Rửa dưa chuột và cắt thành lát rất mỏng. Làm sạch, rửa và lau khô lá rau diếp.
2. Trộn bột với 3-4 muỗng canh nước. Trộn bột ngô với vụn bánh mì và rau mùi tây. Nêm muối và hạt tiêu vào đậu phụ và cho hỗn hợp bột mì và bánh mì vào hỗn hợp bột báng, vụn bánh mì

và rau thơm. Đun dầu trong chảo nóng, sau đó cho chả vào chiên khoảng 4-5 phút cho đến khi chín vàng.

3. Phủ cà chua, dưa chuột và rau diếp lên nửa dưới của chiếc bánh rồi đặt burger đậu phụ lên trên. Đậy nắp cuộn bánh mì và phục vụ bánh mì kẹp thị t với sốt cà chua.

52. Quinoa và burger rau

Thành phần:

- 200 g ngô ngâm nước muối
- 200 g đậu đen ngâm chua
- 2 muỗng canh dầu
- 1 chén hạt diêm mạch
- 1 nắm rau chân vịt tươi
- 1 muỗng canh bột cà chua
- 1 muỗng canh vụn bánh mì
- 1 muỗng cà phê ớt xay
- 1 muỗng cà phê tỏi băm nhỏ
- 0,5 muỗng cà phê thì là
- muối :

1. Rau mồng tơi rửa sạch, để ráo nước rồi thái nhỏ. Vớt ngô và đậu đen ra khỏi dưa và đổ chung vào một cái bát.
2. Rửa sạch quinoa dưới vòi nước chảy, đổ vào nồi, đổ 2 cốc nước muối nhạt và nấu cho đến khi tơi. Sau khi nấu ăn,

làm bay hơi quinoa và thêm vào đậu đen và ngô đã ráo nước trong một cái bát.

3. Thêm rau bina xắt nhỏ, vụn bánh mì, tỏi băm nhỏ, thì là, ớt và đổ tương cà chua vào.

4. Trộn đều mọi thứ và tự tạo thành những miếng nhỏ từ nó. Cho chúng vào chảo dầu nóng và chiên cả hai mặt trên lửa vừa cho đến khi chúng chuyển sang màu nâu. Sau đó lấy nó ra khỏi lửa và đặt nó lên bảng.

53. Burger đậu phụ

Thành phần

- 200 g bí ngô

- 2 củ hành lá
- 1 tép tỏi
- 1 ½ el dầu ô liu
- 2 xi-rô phong
- 1 giấm rượu trắng
- 1 quả ớt khô nhỏ
- Muối
- tiêu
- 20 g gừng (1 miếng)
- 2 kem salad sữa chua
- 1 quả cà chua nhỏ
- 2 lá rau diếp lớn (ví dụ lollo bionda)
- 2 bánh hamburger ngũ cốc nguyên hạt
- 250 g đậu phụ
- 2 vừng

Các bước chuẩn bị

1. Gọt vỏ bí ngô và loại bỏ hạt nếu cần. Cắt thị t bí ngô thành khối 5 mm.

2. Làm sạch, rửa và thái nhỏ hành lá. Bóc vỏ và băm tỏi.

3. Đun nóng 1 muỗng canh dầu trong chảo, xào hành tây và tỏi trong 3 phút cho đến khi không màu.

4. Thêm xi-rô cây phong và khuấy ngay trong giấm.

5. Thêm các khối bí ngô, nghiền nát trong ớt và thêm một ít nước. Đậy nắp và nấu nhẹ nhàng trên lửa vừa trong khoảng 12 phút (nếu cần, thêm một ít nước trong thời gian nấu). Nêm muối và hạt tiêu và đặt sang một bên.

6. Gọt vỏ gừng, xay mị n và trộn với kem salad.

7. Cà chua rửa sạch, để ráo nước và cắt bỏ cuống theo hình nêm. Cắt cà chua thành lát. Rửa sạch lá rau diếp và lắc khô.

8. Cắt đôi những chiếc bánh hamburger và làm nâu nhẹ chúng trong lò nướng bánh mì hoặc dưới vỉ nướng nóng.

9. Cắt đậu phụ thành lát dày 1 cm. Nướng trong chảo nướng dầu nhẹ trong 1-2 phút cho mỗi bên.

10. Đặt rau diếp, lát cà chua, nước ép bí ngô và kem gừng vào nửa dưới của cuộn.

11. Đặt các lát đậu phụ và nửa chiếc bánh lên trên. Phục vụ rắc hạt vừng.

54. Burger sốt cà chua

Thành phần:

- 3 muỗng canh dầu

- một bó rau bina tươi
- tiêu
- Muối

bánh mì kẹp thị t:

- 400 g thị t bò xay
- 1 củ hành tây
- 1 quả trúng
- 1 muỗng cà phê rau mùi
- 1 muỗng cà phê cỏ xạ hương khô
- 0,5 muỗng cà phê ớt đỏ xay

Vì vậy:

- 6 quả cà chua bi
- 2 muỗng canh bột cà chua
- 1 muỗng cà phê nước sốt tabasco
- 1 muỗng canh dầu
- 1 tép tỏi
- 0,5 muỗng cà phê mù tạt xay

sự chuẩn bị :

1. Rửa rau và để ráo nước. Cho rau mồng tơi ra đĩa.

2. Chuẩn bị bánh mì kẹp thịt: cho thịt băm vào tô. Hành tây bóc vỏ, thái nhỏ, phi thơm với 1 thìa dầu ăn trong chảo rồi cho thịt băm vào xào. Thêm một quả trứng vào đó, thêm rau mùi, ớt và húng tây khô. Nêm nếm với một chút muối và hạt tiêu và nhào kỹ bằng tay. Tạo thành cốt lết từ các nguyên liệu đã chuẩn bị và

   chiên chúng trong 2 muỗng canh dầu nóng trong chảo cho đến khi vàng nâu cả hai mặt. Nhấc chả ra khỏi bếp, để ráo mỡ rồi cho rau muống ra đĩa.

3. Chuẩn bị nước sốt: cắt cà chua bi thành khối nhỏ. Tỏi bóc sạch vỏ, băm nhuyễn rồi phi thơm với 1 thìa dầu nóng trên chảo. Thêm cà chua xắt nhỏ vào tỏi tráng men, rắc một chút muối, hạt tiêu, mù tạt và chiên trong 1,5 phút trên lửa vừa. Sau đó thêm bột cà chua vào các nguyên liệu đã chiên, thêm sốt tabasco, khuấy đều và hầm, đậy nắp lại trong 1,5 phút nữa. Sau thời gian này, lấy mọi thứ ra khỏi bếp và cho bánh mì kẹp thịt đã chiên trước đó vào.

56. Bánh mì kẹp thị t gà nướng

Thành phần

- 100 g bulgur
- 340 g đậu xanh
- 1 nắm lá rau diếp (ví dụ rau rocket, rau diếp dai)
- 8 quả cà chua bi
- 1 củ hành đỏ
- ½ băn khoăn mùi tây phẳng
- 2 củ hành trắng

- 2 tép tỏi
- Muối
- tiêu
- thì là
- bột ớt
- 20 g bột mì nguyên hạt (1 muỗng canh)
- 1 muỗng cà phê bột nở
- 50 g bánh mì ngũ cốc nguyên hạt
- ½ quả ớt đỏ
- 3 nhánh rau mùi
- 1 quả trúng
- 4 bánh mì ngũ cốc nguyên hạt
- 5 g bơ (1 muỗng cà phê)

bước chuẩn bị

1. Đối với món burger bulgur, hãy nấu theo hướng dẫn trên bao bì. Đổ đậu xanh ra rổ, rửa sạch dưới vòi nước chảy, để ráo.

2. Trong khi đó, rửa sạch lá rau diếp và vắt khô. Cà chua rửa sạch, cắt đôi. Gọt vỏ hành tím và cắt thành vòng nhỏ.

3. Rửa rau mùi tây, lắc khô và loại bỏ lá. Gọt vỏ và băm nhỏ hành trắng và tỏi.

4. Nghiền mị n đậu xanh, bulgur, hành trắng, tỏi và rau mùi tây trong máy xay sinh tố. Nêm muối, hạt tiêu, thì là và bột ớt.

5. Trộn bột mì với bột nở và vụn bánh mì trong một cái bát và nhào với hỗn hợp đậu xanh để tạo thành một khối bột cứng.

6. Rửa sạch, thái hạt lựu nửa quả ớt. Rau mùi rửa sạch, để ráo và thái nhỏ. Nhào ớt chuông, rau mùi và trứng vào hỗn hợp đậu xanh và nêm nếm cho vừa ăn.

7. Đị nh hình hỗn hợp thành 4 chiếc bánh mì kẹp thị t lớn và nướng chúng trên vỉ nướng nóng cho đến khi vàng nâu cả hai mặt trong khoảng 15 phút, thỉ nh thoảng trở mặt cẩn thận.

8. Trong khi đó, cắt cuộn làm đôi. Đun nóng bơ trong chảo chống dính và nướng bánh mì cho đến khi vàng nâu trên bề mặt cắt.

9. Đặt 2 nửa cuộn vào mỗi 4 đĩa, phủ rau diếp lên, nêm muối và tiêu. Đặt 4 nửa quả cà chua và một vài khoanh hành tây vào mỗi nửa và bánh mì kẹp thị t đậu xanh ở nửa còn lại và dùng ngay.

57. Bánh mì kẹp phô mai với rau củ

Thành phần:

- 100 g phô mai Gouda nạo
- 3 muỗng canh dầu
- 2 quả cà chua
- 1 bánh mì

- 1 quả cà tím
- mùi tây xanh
- Muối
- tiêu đen xay
- thì là xanh :

1. Rửa sạch tất cả các loại rau và rau thơm rồi để ráo nước. Cắt cà chua và cà tím thành lát mỏng. Cắt bánh mì thành lát dày 1 cm và rưới dầu.

2. Sau đó rắc chúng với phô mai Gouda bào và đặt cà chua đã xắt nhỏ trước đó lên trên. Đặt một lớp pho mát bào và cà tím khác lên trên.

3. Rắc mọi thứ với một chút muối và hạt tiêu, sau đó cho vào lò nướng đã làm nóng trước ở nhiệt độ 175 ° C và nướng cho đến khi pho mát tan hoàn toàn. Khi phô mai tan chảy, lấy ra khỏi lò, bày ra đĩa và rắc mùi tây xanh xắt nhỏ và thì là.

58. Burger chay nhân đậu xanh

Thành phần

- 2 quả cà chua gia truyền lớn, màu vàng
- 4 quả dưa chuột
- 1 nắm rau mồng tơi
- 1 quả ớt xanh 1 củ hẹ
- 3 cái nấm nâu
- 240 g đậu xanh (thủy tinh; khối lượng ráo nước)
- 3 muỗng canh bột yến mạch mị n
- 1 muỗng canh tahini

- Muối
- tiêu
- 1 muỗng canh dầu ô liu
- 4 cuộn ngũ cốc

Các buớc chuẩn bị

1. Rửa sạch cà chua, cắt bỏ cuống và cắt cà chua thành những miếng vừa ăn. lát dày 1 cm. Để ráo dưa chuột và cắt thành lát bằng dao màu. Rửa rau bina và vắt khô. Xắt nhỏ một số lá. Rửa sạch, bỏ hạt và thái nhỏ ớt. Gọt vỏ và thái nhỏ hẹ. Làm sạch nấm và thái hạt lựu càng nhỏ càng tốt. Vớt đậu ra để ráo nước. Sau đó xay nhuyễn và trộn vào bát cùng với rau muống, ớt và nấm. Thêm bột yến mạch và tahini và nêm muối và hạt tiêu. Nhào đều hỗn hợp và để ngấm trong khoảng 10 phút. Nếu sau đó nó vẫn còn quá mềm, hãy thêm một ít bột yến mạch. Đị nh hình hỗn hợp thành 4 miếng.

2. Đun nóng dầu ô liu trong chảo và chiên chả trong khoảng 3 phút cả hai mặt. Cắt đôi các cuộn và phủ lên trên một ít lá rau bina, cà chua, dưa chua và một miếng chả. Đặt mặt trên của

cuộn lên trên, cố định bằng xiên như mong muốn và phục vụ.

59. Burger nấm và hành tây với salad

Thành phần:

- 2 cuộn thường
- 2 cây nấm lớn
- 2 củ hành tây
- 1 muỗng cà phê cỏ xạ hương khô
- 1 muỗng canh đường nâu
- 0,5 chén rượu vang đỏ nửa ngọt
- 0,5 muỗng cà phê thì là

- dầu chiên ngập dầu
- Muối
- tiêu

Xa lát:

- 2 quả lê
- 2 cốc nước sôi
- 1 phần tư bắp cải đỏ
- 1 muỗng canh dầu ô liu
- 0,5 chén hạt óc chó nghiền • 0,5 muỗng cà phê đường bột
- một loạt các chuẩn bị arugula :

1. Rửa sạch rau, lê và nấm rồi để ráo nước. Đặt tên lửa lên đĩa. Cắt cuộn thành hai nửa và thêm vào rau arugula trên đĩa. Bỏ màng và que ra khỏi nấm, rắc một chút muối rồi cho vào chảo dầu nóng sâu lòng. Chiên nấm trên lửa vừa cho đến khi chúng chuyển sang màu vàng. Bắc ra khỏi bếp, để ráo mỡ và cho vào các miếng chả đã cắt. Lột vỏ hành tây, cắt thành lát mỏng và

chiên trên 3 muỗng canh dầu nóng trong chảo khác. Đổ cỏ xạ hương khô, thìa là và đường nâu vào hành tây tráng men. Trộn các thành phần và chiên cho đến khi đường tan. Sau đó đổ rượu vang đỏ vào và đun nhỏ lửa, đậy nắp, cho đến khi rượu bốc hơi một nửa. Sau đó lấy ra khỏi lửa,

2. Chuẩn bị món salad: thái nhỏ bắp cải đỏ trên dụng cụ bào lưới thô, cho vào rây, trụng qua nước sôi, cho vào bát và rắc đường bột. Lê bỏ hạt, cắt miếng nhỏ rồi cho vào bát cùng với bắp cải. Đổ quả óc chó đã nghiền vào, rưới dầu ô liu lên, trộn đều và cho toàn bộ vào đĩa.

60. Burger đậu lăng

Thành phần

- 250 g đậu đỏ
- 1 tép tỏi
- 1 quả ớt nhỏ, đỏ nhọn
- 3 muỗng canh bột đậu nành
- 80 g bột yến mạch
- Muối
- tiêu
- $\frac{1}{2}$ muỗng cà phê nghệ
- $\frac{1}{2}$ muỗng cà phê thì là
- 2 muỗng canh dầu hạt cải
- 4 cuộn bột mì
- 80 g pho mát kem thuần chay
- 1 nắm thảo mộc hỗn hợp xắt nhỏ
- 4 tờ salad trộn
- 1 nắm rau diếp cừu
- 1 quả cà chua

Các bước chuẩn bị

1. Nấu đậu lăng mềm trong khoảng 15 phút, sau đó để ráo nước. Trong khi đó, bóc vỏ và thái nhỏ tỏi. Rửa và làm sạch ớt và thái hạt lựu càng nhỏ càng tốt. Nghiền nhuyễn một nửa đậu lăng và trộn với tỏi, ớt bột, bột đậu nành, 3 muỗng canh nước và bột yến mạch. Thêm đậu lăng còn lại và nêm hỗn hợp với muối, hạt tiêu, nghệ và thì là.

2. Tạo thành viên thị t từ hỗn hợp. Đun nóng dầu trong chảo và chiên thị t viên trong khoảng 4 phút cả hai mặt.

3. Cắt đôi cuộn. Trộn phô mai kem thuần chay với các loại thảo mộc hỗn hợp đã cắt nhỏ và phết lên mặt trên của các cuộn. Rửa rau diếp và lắc khô. Rửa và cắt lát cà chua.

4. Đặt lá rau diếp vào nửa dưới của cuộn, trên cùng là thị t viên, lát cà chua và rau diếp cừu. Đậy nắp cuộn bánh mì và phục vụ.

61. Burger đậu nành

Thành phần

- 200 g đậu tương khô
- hành tây
- 10 g gừng
- 1 quả ớt đỏ
- 1 muỗng canh rau mùi (tươi thái nhỏ)
- 60 g bánh mì ngũ cốc nguyên hạt
- 1 quả trứng

- Muối
- tiêu
- 2 muỗng canh dầu đậu nành
- 2 muỗng canh sốt mayonaise
- 2 muỗng canh mù tạt hạt
- 6 tờ lolo bionda
- 200 g dưa leo
- ½ hộp cải xoong vườn
- 4 bánh mì ngũ cốc nguyên hạt

Các bước chuẩn bị

1. Ngâm đậu nành trong nhiều nước qua đêm. Ngày hôm sau, đổ bỏ nước ngâm và nấu trong nước ngọt khoảng 1,5 giờ cho mềm.
2. Trong khi đó, gọt vỏ hành tây và gừng và thái nhỏ cả hai. Ớt bổ đôi theo chiều dài, bỏ lõi, rửa sạch, thái nhỏ.
3. Vớt đậu nành ra, để ráo nước và xay nhỏ bằng máy xay cầm tay. Trộn đậu nành xay nhuyễn với hành tây, gừng, ớt, rau mùi và vụn bánh mì. Trộn

trứng và nêm muối và hạt tiêu. Nhào mọi thứ tốt.

4. Đị nh hình hỗn hợp thành 4 miếng và chiên lần lượt. Để làm điều này, làm nóng dầu trong chảo. Thêm chả và chiên trong 4-5 phút mỗi bên trên lửa vừa cho đến khi vàng nâu.

5. Trộn sốt mayonnaise với mù tạt. Xà lách rửa sạch, vẩy khô và nhổ nhỏ.
   Rửa dưa chuột và cắt thành lát mỏng. Cắt cải xoong ra khỏi luống.

6. Cắt bánh mì tròn ra, phủ mặt dưới bằng lá rau diếp và phủ sốt mayonnaise lên trên. Che mặt dưới bằng chả, lát dưa chuột và cải xoong. Đậy nắp và phục vụ ngay lập tức.

62. Bánh mì kẹp đậu, hạt tiêu và khoai tây

Thành phần:

- 2 muỗng canh dầu ô liu
- 2 cuộn thường
- 2 phào chỉ
- 2 lát phô mai cheddar
- Muối
- tiêu

bánh mì kẹp thị t:

- 400 g đậu đen ngâm chua

- 4 củ khoai tây
- 1 củ hành tây
- 1 quả trứng
- 1 quả ớt xanh
- 1 muỗng canh bột cà chua
- 0,5 muỗng cà phê gia vị khoai tây
- 0,5 muỗng cà phê gia vị đậu
- 0,5 muỗng cà phê rau mùi khô

sự chuẩn bị :

1. Cắt dưa chuột thành lát mỏng. Bánh bao thông thường, cắt làm đôi và chiên vàng trên 2 muỗng canh dầu nóng trong chảo trên lửa vừa, sau đó lấy ra khỏi bếp.

2. Chuẩn bị bánh mì kẹp thịt: rửa kỹ khoai tây dưới vòi nước chảy, cho vào nồi, đổ nước sao cho không bị dính và nấu cho đến khi mềm trong áo khoác. Để ráo nước sau khi nấu, gọt vỏ và thái hạt lựu cho vào bát.

3. Ớt bỏ hạt, thái nhỏ rồi cho vào bát khoai tây. Xả đậu ra khỏi nước muối và nghiền chúng bằng chày.

4. Bóc vỏ hành tây, thái hạt lựu và thêm vào các nguyên liệu trong bát, sau đó thêm bột cà chua và đánh trứng. Nêm nếm một chút muối, hạt tiêu, hạt nêm, hạt nêm khoai tây, rau mùi khô và trộn đều.

5. Tạo thành các miếng cốt lết từ các nguyên liệu đã trộn và chiên chúng cho đến khi có màu vàng nâu trong phần dầu nóng còn lại trong chảo. Trong khi chiên mặt còn lại của cốt lết, đặt những lát phô mai cheddar lên trên và chiên cho đến khi phô mai bắt đầu tan chảy.

63. Burger khoai tây và phô mai

Thành phần:

- 200 g phô mai
- 4 lát bánh mì
- 4 cái nấm
- 2 quả trúng
- 2 củ cà rốt
- 2 tép tỏi
- 2 muỗng canh kem chua dày
- 1 kg khoai tây

- 1 muỗng canh ô liu đỏ trong nước xốt
- 1 quả ớt đỏ
- 0,5 chén phô mai bào
- mùi tây xanh
- dầu chiên
- muối :

1. Phết dầu lên bánh mì và chiên vàng trên lửa vừa trong chảo nóng. Lấy màu nâu ra khỏi bếp và bày ra đĩa. Rửa rau và nấm và để ráo nước. Loại bỏ hạt khỏi hạt tiêu và cắt thành từng miếng nhỏ. Gọt vỏ nấm và cắt chúng thành lát mỏng. Xúc xắc rau mùi tây xanh.

2. Ngâm khoai tây và cà rốt trong nước và nấu cùng với vỏ cho đến khi mềm. Xả khi nấu chín và bóc vỏ. Cho rau đã bóc vỏ và phô mai qua máy xay thị t.

3. Thêm phô mai bào, rau mùi tây xắt nhỏ (để lại một ít rắc lên món ăn), thêm trứng, nêm tiêu và muối vừa ăn rồi trộn đều.

4. Tạo hình cốt lết bằng tay từ các nguyên liệu đã trộn và chiên cả hai mặt cho đến khi có màu

vàng nâu trong chảo dầu sâu, nóng. Chiên, để ráo chất béo và đặt trên bánh mì, sau đó đổ kem chua lên trên.

5. Bóc vỏ tỏi, băm nhuyễn và phi thơm trên chảo với 2 thìa dầu nóng. Thêm nấm xắt nhỏ và ô liu ngâm nước muối.

6. Chiên các nguyên liệu trong 1,5 phút trên lửa vừa, sau đó tắt bếp và cho tất cả vào. Rắc ớt bột xắt nhỏ và mùi tây xanh lên món ăn đã hoàn thành, sau đó vớt ra khỏi bếp và cho vào chung. Rắc ớt bột xắt nhỏ và mùi tây xanh lên món ăn đã hoàn thành, sau đó vớt ra khỏi bếp và cho vào chung.

7. Rắc món ăn đã hoàn thành với ớt bột xắt nhỏ và mùi tây xanh

64. Burger bít tết với bắp cải đỏ

Thành phần

- 200 g bắp cải tím (1 cái)
- 2 củ hành tím 3 muỗng canh
- giấm rượu vang đỏ
- 2 muỗng cà phê mật ong
- 4 muỗng canh dầu ô liu
- Muối
- tiêu
- 600 g bít tết sườn hoặc mông (1 miếng bít tết sườn hoặc mông)

muối biển thô

- Cuộn lúa mạch đen nguyên hạt tròn thứ 4

Các bước chuẩn bị

1. Làm sạch và rửa bắp cải đỏ và cắt bắp cải thành dải nhỏ. Gọt vỏ hành tây, cắt 1 thành dải; Cắt thứ 2 thành các vòng và đặt sang một bên.
2. Nhào bắp cải tím với hành tây, giấm, mật ong và dầu ô liu, nêm muối, tiêu và để ngấm trong 30 phút.
3. Trong lúc đó, thấm khô bít tết, nêm muối biển và chiên trên chảo nướng nóng cả hai mặt trong 5-7 phút ở nhiệt độ cao. Lấy bít tết ra khỏi chảo, để yên trong 5 phút và nêm tiêu.
4. Trong lúc đó, cắt đôi cuộn lúa mạch đen theo chiều ngang.
5. Cắt thị t thành dải. Phủ xà lách bắp cải đỏ đã ráo nước, bít tết và khoanh hành tây lên trên cuộn rồi cố đị nh nắp cuộn bằng que gỗ như mong muốn.

65. Bánh mì kẹp phô mai và pita

Thành phần:

- 20 g phô mai bánh sandwich
- 4 quả cà chua
- 2 bánh mì pita
- 2 lá rau diếp xanh
- 2 muỗng canh dầu
- 1 củ hành đỏ
- 0,5 cốc nước ấm
- Muối
- tiêu

Đối với bánh mì kẹp thị t:

- 200 g thị t heo bằm

- 2 tép tỏi

1 quả trứng

- 1 muỗng cà phê bạc hà thái nhỏ
- 1 muỗng cà phê oregano khô
- 0,5 muỗng cà phê **chuẩn bị hạt tiêu**

xay:

1. Rửa rau và để ráo nước. Cho xà lách ra đĩa. Thái lát cà chua. Gọt vỏ hành tây và cắt thành lát mỏng. Ngâm bánh mì pita với nước ấm, cho vào chảo nóng không dầu và chiên mỗi mặt trong 40 giây. Thêm chiên vào rau diếp.
2. Chuẩn bị bánh mì kẹp thị t: cho thị t băm vào tô, thêm bạc hà xắt nhỏ, rau oregano khô, hạt tiêu xay, nêm nếm với một chút muối và hạt tiêu và thêm một quả trứng. Nhào toàn bộ bằng tay, sau đó tạo thành miếng nhỏ. Cho tất cả vào chảo dầu nóng và chiên vàng đều hai mặt. Lấy chiên ra khỏi bếp và thêm vào các thành phần. Sau đó thêm pho mát bánh sandwich và rau xắt nhỏ vào đó.

66. Burger với bơ, phô mai và củ dền

Thành phần:

- 250 g thị t bò xay
- 2 bánh burger
- 2 củ cải đỏ lớn
- 2 tép tỏi
- 2 quả bơ
- 2 quả dưa chuột
- 2 quả cà chua
- 2 lát phô mai
- 1 đầu rau diếp
- 1 quả trứng
- dầu chiên

- Muối

tiêu

sự chuẩn bị :

1. Rửa sạch tất cả các loại rau và trái cây và để ráo nước. Đổ 3 cốc nước lên củ cải đỏ, đun sôi để nguyên vỏ, sau đó để ráo nước, gọt vỏ và bào trên dụng cụ bào rau củ có mắt lưới thô. Cắt bánh thành hai nửa. Cắt cà chua thành lát mỏng. Gọt vỏ, cắt bơ, bỏ đá và trộn thị t bằng máy trộn. Bóc vỏ tỏi, cho qua máy ép và trộn với thị t băm. Sau đó cho một quả trứng vào, nêm tiêu và muối vừa ăn rồi nhào kỹ bằng tay. Tạo thành những miếng cốt lết phẳng từ khối đã chuẩn bị và chiên trong chảo với 4 muỗng canh dầu nóng trên lửa vừa cho đến khi vàng nâu cả hai mặt. Lấy chiên ra khỏi bếp và để ráo mỡ. Đặt các lát phô mai, cà chua thái lát và sườn chiên lên trên lá rau diếp. Cho bơ đã trộn vào và dùng rau diếp bọc lại. Ăn với củ cải đỏ và dưa chuột ri.

67. Burger nấm

Thành phần:

- 300 g thị t bò xay
- 20 g nấm
- 4 lát phô mai Parmesan
- 4 muỗng canh dầu
- 2 củ hành tây
- 2 bánh burger
- 1 quả cà chua
- 1 quả trúng
- 1 muỗng cà phê rau mùi
- 0,5 muỗng cà phê kinh giới xay
- 0,5 muỗng cà phê húng tây xay

tiêu muối

sự chuẩn bị :

1. Rửa cà chua và nấm rồi để ráo nước. Cắt cà chua thành lát mỏng, loại bỏ màng khỏi nấm và cắt thành miếng. Bóc vỏ hành tây. Xúc xắc một củ hành tây và cho vào bát, củ còn lại thái thành lát mỏng. Cắt bánh thành hai nửa và đặt vào đĩa. Trộn thị t băm với hành tây thái hạt lựu, thêm trứng vào, thêm rau mùi, kinh giới và cỏ xạ hương. Nhào bằng tay và nặn chúng thành miếng nhỏ, sau đó cho vào chảo 2 muỗng canh dầu nóng và chiên cho đến khi vàng nâu cả hai mặt. Khi chiên mặt còn lại của miếng cốt lết (khi đã chín vàng), cho các lát phô mai Parmesan vào, sau đó đậy nắp lại và chiên trên lửa vừa cho đến khi phô mai tan chảy. Sau đó bắc ra khỏi bếp và cho các cuộn đã cắt vào, cho cà chua xắt nhỏ lên trên. Đun nóng 2 muỗng canh dầu trong chảo, cho hành tây thái lát vào phi thơm rồi cho nấm đã cắt nhỏ vào, rắc chút muối và tiêu vào xào trong 2 phút với lửa vừa. Lấy chiên ra khỏi bếp và thêm vào toàn bộ.

68. Bánh mì kẹp thị t với bánh mì pita và rau

Thành phần:

- 2 quả cà chua
- 2 lá xà lách
- 2 muỗng canh dầu
- 1 bánh mì pita
- 1 củ cải đỏ
- Muối
- tiêu

Bánh mì kẹp thị t:

- 400 g thị t bò xay

1 củ hành đỏ

1 muỗng canh dầu

- 1 muỗng canh vụn bánh mì

- 1 quả trứng
- 1 tép tỏi
- 0,5 muỗng cà phê **chuẩn bị rau mùi:**

1. Rửa rau và để ráo nước. Cắt cà chua thành lát mỏng. Củ dền đỏ cho vào nồi, đổ nước ngập củ dền để củ không bị lồi, nấu vỏ cho mềm rồi vớt ra để ráo. Sau đó, gọt vỏ và cắt thành lát mỏng. Cho pita vào chảo nóng không dầu và chiên trong 1 phút cả hai mặt. Sau đó bắc ra khỏi bếp, chia làm đôi và bày ra đĩa. Đặt lá rau diếp và cà chua xắt nhỏ lên trên
2. Chuẩn bị bánh mì kẹp thịt: cho thịt băm vào tô và thêm vụn bánh mì vào. Tỏi và hành tây bóc vỏ, thái nhỏ và phi thơm trong chảo dầu nóng. Thêm các thành phần tráng men vào thịt với vụn bánh mì. Sau đó nêm gia vị vừa ăn với một chút muối, tiêu, rau mùi xay, sau đó thêm một quả trứng vào và nhào đều.

   bằng tay. Tạo thành cốt lết từ các nguyên liệu đã chuẩn bị và chiên cả hai mặt trong chảo dầu nóng cho đến khi chúng có màu nâu vàng. Sau đó loại bỏ chúng khỏi nhiệt và thêm vào món ăn.

3. Đặt những lát củ cải đỏ lên trên những chiếc bánh mì kẹp thị t đã hoàn thành và rắc tiêu lên trên.

69. Bánh mì kẹp thị t Ấn Độ

nguyên liệu

- thị t băm - 500 g thị t bê
- tỏi - 2 muỗng cà phê. đất
- gừng - 2 muỗng cà phê. đất
- rau mùi - 1 lạng nhỏ
- ớt cay - 2 chiếc. màu xanh lá

bánh mì - 2 lát rau mùi ngâm trong nước - 1 muỗng cà phê. để bụi • thì là - $\frac{1}{2}$ muỗng cà phê garam masala - 1 muỗng cà phê.

- nước chanh - 1 muỗng cà phê.

- ổ bánh mì - 4 chiếc. cho bánh mì kẹp thị t
- Dầu để chiên
- dầu - để lan truyền
- cà chua - 2 chiếc. cắt tỉ a
- hành tây - **chuẩn bị 1 đầu**

1. Trong một bát sâu, trộn thị t băm, gừng, tỏi, rau mùi xắt nhỏ, ớt cay, bánh mì để ráo nước, muối và nước cốt chanh cùng tất cả các loại gia vị .
2. Trộn đều và tạo thành bánh mì kẹp thị t. Đun nóng dầu trong chảo nướng (có thể là chảo thông thường) và chiên bánh mì kẹp thị t cho đến khi chín.
3. Trong khi chiên, cắt bánh mì kẹp thị t làm đôi, nướng chúng và phết bơ lên trên.
4. Cho nhân vào từng ổ, xếp các lát hành tây và cà chua lên trên. Nêm muối nếu cần và dùng ngay.

70. Burger với cà chua và ô liu

Nguyên liệu

- ổ bánh mì - 4 chiếc. bột mì hoặc trắng
- cà chua - 2 chiếc. trưởng thành
- ô liu - 100 g hỗn hợp
- xúc xích - 100 g xúc xích hoặc loại khác. triệu
- phô mai - 200 g gouda, cheddar hoặc phô mai vàng

dầu ô liu

sự chuẩn bị

1. Loại bỏ các hạt từ ô liu và cắt chúng thành hình tròn. Rắc một chút muối nếu cần và trộn với dầu ô liu.

2. Cắt đôi ổ bánh mì và phết một ít dầu ô liu vào đáy. Cho phô mai lên từng lát, xếp xúc xích lát mỏng lên trên và rắc ô liu lên trên.

3. Nướng bánh trong lò nướng mạnh cho đến khi pho mát tan chảy.

4. Trong khi đó, cắt cà chua thành miếng nhỏ.

5. Lấy bánh mì kẹp thị t ra khỏi lò, rải cà chua lên từng chiếc và phủ lên trên mặt bánh mì.

6. Chúc bạn vui vẻ với món burger cà chua và ô liu này.

CÔNG THỨC CHO MỘT BÁNH TRÁNG HOÀN HẢO

71. Bánh mì kẹp thị t chức năng

Thành phần

- 400 g thị t bò nạc xay (mình dùng patino)
- 1 lòng trắng trúng
- 1 cột (súp) hạt chia
- 1 cột (tráng miệng) bột hạt lanh (hoặc mảnh quinoa)
- 1/2 củ hành vừa trong khối
- 1/4 cốc. (trà) rau mùi tây xắt nhỏ
- Muối và hạt tiêu đen để nếm

Món ăn phụ

- 4 bánh hamburger, tốt nhất là nguyên cám
- 4 cột (tráng miệng) kem phô mai nhẹ
- 4 lát cà chua
- Lá rau diếp

Làm thế nào để chuẩn bị

1. Trong một bát sâu, trộn thị t, lòng trắng trứng, hạt chia, bột hạt lanh, hành tây và rau mùi tây. Nêm với muối và hạt tiêu. Chia thành bốn phần bằng nhau và nặn thành hình bánh hamburger. Trong chảo chống dính, làm nâu bánh hamburger ở cả hai mặt bằng kỹ thuật không dầu. Để làm bánh sandwich: phết pho mát kem lên một trong những miếng bánh mì và thêm rau diếp, cà chua và bánh mì kẹp thị t. Đóng bánh sandwich và phục vụ ngay lập tức. Ah! Bạn cũng có thể làm bánh mì low carb bằng lò vi sóng.

72. Burger gà vừa vặn với bột yến mạch

Thành phần

- 350 gram ức gà (xay)
- 1/2 củ hành tây xắt nhỏ
- 2 tép tỏi
- hẹ để hương vị
- 2 muỗng canh bột yến mạch
- ớt ngọt để hương vị
- Hạt tiêu đen và muối để nếm
- **Chuẩn bị** dầu ô liu (để bôi tay và chiên)

1. Trong máy xay sinh tố hoặc máy xay thực phẩm, cho thị t gà (đã xay sẵn), hành tây, tỏi, hẹ và đánh cho đến khi tạo thành bột nhão.

2. Chuyển sang một thùng chứa lớn, thêm bột yến mạch, ớt ngọt, hạt tiêu, muối và trộn đều.
3. Bôi dầu lên tay và bắt đầu tạo hình bánh mì kẹp thị t theo kích thước mong muốn.
4. Mang chúng vào tủ đông trong 20 phút.
5. Trong một cái chảo, cho một ít dầu và làm nâu cả hai mặt của bánh mì kẹp thị t.
6. Bây giờ chỉ cần phục vụ. Chúc ngon miệng.

73. Burger thịt heo với dưa leo

Thành phần

Đối với 4 hamburger:

- 300 g thịt heo phi lê
- 1/2 củ hành tây nhỏ
- 3 tép tỏi
- Muối và hạt tiêu đen để nếm
- 4 bánh hamburger vừng
- 8 lát cà chua mỏng
- 4 lá rau diếp xắt nhỏ hoặc xắt nhỏ
- khoai tây chiên phô mai Parmesan
- vị dưa chuột Đi *cùng với:*

- 12 củ khoai tây nhỏ

- 2 lít nước
- Muối
- Hoa muối (không bắt buộc)
- Dầu chiên
- 4 chai Bamberg Pilsen ướp lạnh **Phương pháp chế biến** *burger thịt lợn*

1. Trong một bộ xử lý thực phẩm, đặt hành tây và tỏi và nghiền. Sau đó cho thịt vào đánh cho thật nhỏ rồi trộn đều với hành tỏi. (Nếu muốn, bạn có thể mua thịt xay sẵn và chỉ trộn hành tỏi).
2. Tạo thành 4 viên thịt bằng thịt và ấn dẹt từng viên để tạo thành những chiếc bánh mì kẹp thịt. Nêm muối và hạt tiêu cho vừa ăn. Để thịt vào ngăn đá tủ lạnh 20 phút trước khi chiên.
3. Làm nóng chảo và chiên bánh mì kẹp thịt đến điểm mong muốn.
4. Cắt bánh làm đôi và nướng trong lò ở nhiệt độ 210°C trong khoảng 5 phút.

Những quả khoai tây:

1. Đun sôi nước và Cắt khoai tây thành 8 theo chiều dọc. Khi nước bắt đầu sôi, thêm khoai tây và muối.

Nấu trong 15 phút. Xả và đặt sang một bên.

2. Đun nóng dầu đến nhiệt độ trung bình. Từ từ chiên khoai tây cho đến khi vàng. Vớt ra cho ráo dầu và để lên giấy thấm.
3. Nêm hỗn hợp fleur de sel và hạt tiêu.

74. Burger bò với Quinoa

Thành phần

- ½ kg thị t bò nạc (vị t con)
- 3 tép tỏi
- 1 củ hành tây
- Muối và hạt tiêu cho vừa ăn
- 3 muỗng canh hạt quinoa

Phuong pháp chuẩn bị

1. Trộn các thành phần cho đến khi rất mị n.

2. Thoa một ít dầu lên tay và tạo hình bánh mì kẹp thị t bằng tay hoặc nếu bạn thích, hãy sử dụng máy cắt nhôm.

3. Để thêm gia vị cho món bánh hamburger thơm ngon và bổ dưỡng hơn, bạn có thể cho thêm cà rốt, bí xanh, củ cải đường, rau mùi tây. Trẻ em sẽ thích nó rất nhiều.

4. Quinoa cũng có thể được thay thế cho yến mạch, rau dền hoặc hạt lanh.

5. Thị t bò có thể được thay thế bằng thị t gà, phi lê cá hoặc protein đậu nành kết cấu (thị t đậu nành).

6. Để đóng băng, chỉ cần bọc các phần bánh hamburger trong màng nhựa hoặc nhôm. Chúng có thể được đông lạnh đến 6 tháng.

7. Tôi hy vọng bạn thích mẹo này.

75. burger cua

Thành phần

- 500g thị t cua (mình dùng ngâm chua vì lúc đó mình có sẵn)
- 1/4 củ hành tím
- 2 tép tỏi
- 1/4 cùi ớt đỏ (rang tiêu trên bếp và loại bỏ vỏ và hạt)
- ớt bột cay để hương vị
- rau mùi xắt nhỏ để hương vị
- 1 quả trúng
- Breadcrumbs để bật (tối đa 1 cốc)

- hương vị hạt tiêu
- muối để hương vị
- Nước cốt nửa quả chanh *cho nước sốt bí mật*
- 3 lòng đỏ trứng
- 100ml dầu
- 2 tép tỏi
- 3 dưa chuột muối xắt nhỏ
- 2 muỗng canh bạch hoa xắt nhỏ
- mùi tây
- 1 muỗng canh mù tạt dijon
- Muối và hạt tiêu cho vừa ăn
- đồ trang trí
- Phô mai mozzarella
- bánh mì trứng hoặc mè
- Rau xà lách
- Quả cà chua

- Nước sốt đặc biệt **Chuẩn bị** *cho món ăn*

bánh mì kẹp thị t

1. Rã đông thị t cua, rút hết nước, cua sẽ tiết ra nhiều nước. Nêm với muối và hạt tiêu. Thêm hành tây và tỏi thái hạt lựu, bột tiêu, trứng, chanh, ngò. Trộn tất cả mọi thứ cho đến khi thống nhất. Thêm bột dần dần, cho đến khi bạn đạt được điểm. Chú ý, nó phải còn ẩm vì thứ làm cho hamburger thị t dính lại là mỡ thị t không có trong quá trình này. Do đó, bạn sẽ phải tạo khuôn bằng tay hoặc bằng vòng kim loại. Trong chảo, thêm một ít dầu và chiên bánh mì kẹp thị t. Đặt các lát phô mai lên trên và cho vào lò nướng để làm tan chảy.

2. Đối với nước sốt đặc biệt, đánh lòng đỏ bằng máy đánh trứng cho đến khi có màu vàng nhạt và thêm dầu, thành sợi, như trong sốt mayonnaise, cho đến khi nó trở thành một loại kem đồng nhất. Nếu bạn có một máy trộn, bây giờ là lúc để sử dụng nó. Sau đó thêm gia vị , tỏi, muối, mùi tây và mù tạt. Cuối cùng, thêm dưa chuột muối và nụ bạch hoa thái nhỏ. Trộn

tất cả mọi thứ lại với nhau và để nguội trong tủ lạnh trong hộp đậy kín.

3. Đặt bánh mì vào lò nướng, bẻ đôi để nướng. Phết nước sốt lên hai lát và đặt bánh hamburger với pho mát tan chảy, một lá rau diếp và hai lát cà chua. Để đi cùng, bạn có thể làm những khoanh mực doré.

76. Hamburger với Doritos

Thành phần

- 1 bánh hamburger
- 120g thị t bò xay

- 1 muỗng cà phê nước mắm tiêu
- Muối và hạt tiêu đen để nếm
- 1/2 ớt băm không hạt
- 30g phô mai gouda với ớt Landana
- Xà lách Mỹ để hương vị
- cà chua để hương vị

1 muỗng canh sốt mayonaise

1 muỗng canh dầu

- 1/2 muỗng canh bơ
- 30g doritos

Sự chuẩn bị

1. Cắt đôi chiếc bánh hamburger và nướng phần bên trong trong chảo chống dính nóng cho đến khi chín vàng. Dự trữ.
2. Nêm thị t với muối, hạt tiêu đen, ớt và nước sốt hạt tiêu (nếu bạn nghĩ quá nhiều, chỉ cần sử dụng một loại hạt tiêu). Đị nh hình chiếc bánh hamburger sao cho nó to hơn chiếc bánh bao của bạn khi thị t hơi co lại trong chảo.
3. Phết sốt mayonnaise lên bánh mì của bạn và để lại với rau diếp và cà chua.
4. bánh hamburger ngon
5. Trong chảo chống dính, cho dầu và bơ vào, khi dầu nóng, cho bánh hamburger vào rán vàng một mặt trong 1 phút rưỡi, lật mặt lại, cho phô

mai vào, rưới vài giọt nước để tạo hơi nước và đậy nắp chảo trong 1 phút, cho đến khi phô mai tan chảy. Lấy ra khỏi chảo rán và đặt ngay vào bên trong bánh sandwich, hoàn thành với bánh doritos. Phục vụ ngay lập tức.

77. Bánh mì kẹp thị t chay

Thành phần

- 1 gói burger chay (2 cái)
- 1 củ cà rốt (nghiền thô)

1 củ hành tây (nhỏ)

1/4 quả dưa chuột

- Cocktail cà chua
- 1 quả ớt chuông (xanh)
- chế nước sốt cocktail

1 Nghiền thô cà rốt. Cắt dưa chuột thành lát. Cắt đôi quả cà chua cocktail. Cắt hành tây thành vòng. Cắt ớt chuông thành dải.

2 Chiên nóng bánh mì kẹp thị t thuần chay.

3 Trong khi đó nướng nửa cái bánh mì. Đầu tiên đặt các lát dưa chuột, sau đó là cà rốt bào và hành tây vào nửa dưới của ổ bánh mì còn nóng.

4 Đặt bánh mì kẹp thị t nóng lên trên và rắc cà chua và ớt lên trên.

5 Rưới nước sốt cocktail bạn chọn lên trên, gói kín bánh mì kẹp thị t và phục vụ bánh mì kẹp thị t.

78. burger thịt nướng với vòng hành tây

Nguyên liệu

- 400 g bít tết bò xay
- 140 g (1 chén) bột mì đa dụng
- 240 ml (1 cốc) nước có ga
- ½ thìa ớt bột cay
- 1 củ hành tây
- 2 lát phô mai cheddar lớn
- 6 muỗng sốt thịt nướng
- 2 bánh Úc cho hamburger

chuẩn bị chiên

1. Cắt hành tây thành những vòng dày, dày khoảng một ngón tay. Trong một cái bát, cho nước có ga vào, đổ dần bột mì vào, dùng phới trộn đều cho đến khi thành một hỗn hợp đồng nhất. Trộn đều ớt bột và nếu thích có thể thêm một chút muối. Đun nóng nhiều dầu trong chảo. Dùng nĩa luồn các khoanh hành tây qua bột. Xả bột thừa ra khỏi các vòng và chiên chúng trong dầu. Đặt sang một bên trên giấy thấm.

2. Sử dụng bít tết xay, làm bánh mì kẹp thịt với sự trợ giúp của khuôn. Nếu không có khuôn, bạn chia phần thịt ra làm 2, viên thành 2 viên và dùng phới nghiền lần lượt cho đến khi cao khoảng 1 đốt ngón tay rưỡi. Trên một cái đĩa nóng, quét dầu và đặt bánh hamburger. Để khoảng ba phút và lật lại. Mùa muối. Để khoảng 2 đến 3 phút nữa và trở lại. Nêm muối ở phía bên kia. Đặt các lát phô mai và đậy nắp. Hãy để nó tan chảy trong khoảng một phút. Lấy bánh mì kẹp thịt ra và nhanh chóng chuyển một nửa chiếc bánh mì lên vỉ nướng.

3. Lắp ráp: phết nước sốt thị t nướng lên bánh mì, đặt bánh mì kẹp thị t với pho mát cheddar nấu chảy và hai đến ba khoanh hành tây lên trên, lắp cái này vào cái kia. Đậy nửa bánh mì còn lại và dùng sau đó.

79. Công thức Burger gà tự làm

Thành phần

- 10 bánh hamburger nhỏ
- lá diếp cá
- phô mai mozzarella lát hoặc món ăn
- 1 củ cà rốt nhỏ trong miếng lớn
- 1/2 ức gà không xương cắt miếng lớn
- 1 củ hành tây nhỏ
- 1 tép tỏi
- 1 muỗng cà phê kinh giới hoặc oregano khô
- muối để hương vị
- 1/2 chén bột mì nguyên chất hoặc bột mì **trắng**

1. Trong một bộ xử lý thực phẩm, nghiền nát cà rốt, hành tây và tỏi. Dự trữ. Trong khi vẫn còn trong bộ xử lý thực phẩm, xay thị t gà cho đến khi nó trở thành một khối.

2. Trong một hộp lớn, đặt hỗn hợp thị t gà, cà rốt, hành tây và tỏi, muối và rau thơm. Trộn đều.
3. Dần dần thêm bột, từng thìa một, trộn liên tục. Tiếp tục thêm bột cho đến khi bạn có thể tạo thành những quả bóng với bột. Đừng thêm quá nhiều để bạn không nhận được hương vị mạnh mẽ của bột.
4. Làm 10 viên rồi nghiền thành bánh mì kẹp thị t. Để nó ngồi trong tủ đá trong 20 phút.
5. Đun nóng chảo với ít dầu. Chiên cả hai mặt cho đến khi vàng. Gần xong cho phô mai lên trên đun chảy.
6. Phục vụ trên cuộn với rau diếp.

80. Burger chay đậu bọ cánh cứng

Thành phần

- 120 g couscous
- 1/2 củ hành tây
- 1 tép tỏi
- 150 g đậu cô ve (nấu chín)
- 100g cà rốt
- 1 quả trứng
- 1 muỗng cà phê mùi tây
- 1 muỗng cà phê hẹ

- 1 vắt nước cốt chanh
- Muối
- Hạt tiêu (mới xay)
- dầu ô liu

Kêt thuc:

- 1 quả cà chua thị t
- 1 nắm tên lửa
- 100 g phô mai cừu (chắc, ví dụ như feta)
- mayonaise
- **Chuẩn bị** 4 chiếc bánh hamburger

1. Che couscous với một lượng nước sôi tương đương. Che và để ngâm trong 10 phút. Sau 5 phút, đánh tơi bằng nĩa.
2. Bóc vỏ hành và tỏi rồi băm nhuyễn. Đun nóng 1 muỗng canh dầu ô liu trong chảo và rang hành tây cho đến khi vàng. Thêm tỏi và nướng nhanh.
3. Nghiền đậu bọ cánh cứng bằng nĩa, gọt vỏ và nghiền mị n cà rốt. Xắt nhỏ rau mùi tây và hẹ.

4. Trộn couscous, hành tây nướng, đậu bọ cánh cứng nghiền nát, cà rốt và rau thơm xắt nhỏ với trứng. Nêm nếm với một chút nước cốt chanh, muối và hạt tiêu. Để hỗn hợp nghỉ ngơi ở nơi mát mẻ trong ít nhất 30 phút.

5. Dùng tay ướt nặn hỗn hợp thành 4 miếng chả và phết dầu lên cả hai mặt. Nướng trên vỉ nóng khoảng 10 phút cho đến khi giòn, 5 phút trở mặt. Ngoài ra, bạn có thể nướng nó trong chảo.

6. Rửa và cắt lát cà chua. Rửa xà lách và vắt khô. Nếu cần, hãy làm khô phô mai cừu và cắt thành lát.

7. Cắt các cuộn theo chiều ngang và làm nóng nhanh chúng trên vỉ nướng. Đặt chả lên trên cuộn. Phủ các lát cà chua, rocket và phô mai cừu và kết thúc bằng một ít sốt mayonnaise. Đặt nắp cuộn bánh mì lên trên.

81. Bánh mì kẹp thị t tự làm

nguyên liệu

- 600g thị t bò xay
- 1 củ hành vừa
- 2 muỗng canh mùi tây thái nhỏ
- 3 muỗng cà phê sốt Worrouershire
- 2 muỗng canh sốt cà chua
- 3 muỗng cà phê mù tạt dijon
- 1 1/2 muỗng cà phê muối
- 1 thìa café tiêu

- 1 muỗng canh dầu ô liu để **chuẩn bị nướng / quay**

1. Cắt rau mùi tây và hành tây càng nhỏ càng tốt. Chúng nên nhỏ, vì bạn sẽ cảm thấy chúng rất nhiều khi ăn hamburger. Trộn chúng với thị t băm, thêm sốt cà chua, sốt Worrouershire, mù tạt, muối và hạt tiêu và trộn lại. Khi mọi thứ đã được trộn đều, đã đến lúc làm nóng!

làm trên đĩa

2. Đun nóng một tấm trên nhiệt độ cao/trung bình. Làm viên với thị t đã tẩm gia vị hoặc nặn chúng thành hình bánh hamburger. Chải đĩa với dầu ô liu và thêm bánh mì kẹp thị t. Nếu bạn làm viên tròn, hãy làm phẳng chúng bằng thìa để chúng có hình bánh hamburger.

3. 3- Khi chín vàng thì lật mặt, đợi chín vàng lại là được! *làm trong lò*

1. Làm nóng lò ở nhiệt độ cao nhất.

2. Phết dầu lên chảo, nặn thị t thành hình bánh hamburger (hoặc vo viên rồi dùng thìa ấn dẹt) rồi cho lên chảo.

3. Đặt vào lò nướng đã làm nóng trước và để bên dưới có màu nâu (lò của chúng tôi kéo dài khoảng 5 phút). Xoay mặt này để mặt kia có màu nâu và bạn đã hoàn thành!

82. Bánh mì kẹp thịt bí ngô

nguyên liệu

- ½ quả bí ngô bơ, cắt thành nửa mặt trăng
- ¼ chén quinoa thô
- 1 củ hành tây xắt nhỏ
- 3 hoặc 4 tép tỏi
- 1 chén quả óc chó xắt nhỏ
- 1 nhúm ớt cayenne
- muối và hạt tiêu đen mới xay, qb

- 1 chén vụn bánh mì (tùy chọn)

sự chuẩn bị

1. Bật lò nướng ở nhiệt độ 180°C để làm nóng lò. Đặt bí ngô lên khay nướng thấp, rộng, nêm muối, hạt tiêu đen và một ít dầu. Bọc tỏi trong một tờ giấy da và đặt nó cùng với quả bí ngô. Nướng cho đến khi cả hai đều chín/mềm. Sau đó, bóc vỏ bí ngô và tỏi, dùng nĩa nghiền nát mọi thứ.

2. Riêng, xào hành tây và một chút dầu. Nấu cho đến khi mờ (không cháy). Dự trữ.

3. Trong khi chờ đợi, nấu quinoa theo hướng dẫn trên bao bì. Cho tất cả các chế phẩm (trừ quinoa) vào máy xay thực phẩm và cắt nhỏ cho đến khi mị n. Tôi muốn để lại một vài mảnh với nhau. Bọc quinoa và nếu bạn nghĩ rằng cần phải tạo thành nhiều hợp kim hơn, hãy thêm vụn bánh mì (hoặc vụn bánh mì).

4. Nếu bạn thích, hãy thêm một chút ớt cayenne và chỉ nh lại phần gia vị còn lại. Sau khi hỗn hợp này nguội, hãy nặn 10 đến 12 chiếc bánh mì kẹp thị t, đặt chúng lên đĩa và cho vào tủ lạnh để giữ nguyên hình dạng trước khi nấu.

5. Bạn có thể nấu chúng trong chảo chống dính (hãy thật cẩn thận khi xử lý chúng) hoặc nấu chúng trong lò nướng ở 180°C, như tôi đã làm (tôi thấy cách đó dễ dàng hơn). Phục vụ với những cuộn tuyệt vời. Phần nhân còn lại là lựa chọn của bạn, nhưng một ít lá rau diếp hoặc rau arugula luôn tốt.

83. bánh kẹp nhân đậu

Thành phần:

- 3 chén. đậu nấu chín để ráo nước (mình dùng đậu đen)
- 1 cái ly. hành tây xắt nhỏ
- 1/2 cốc. bột gạo
- Dầu thực vật Đen
- hương vị hạt tiêu
- muối để hương vị

Sự chuẩn bị

1. Cho đậu vào bát và nghiền bằng nĩa. Bạn không cần phải nghiền tất cả các loại đậu, bạn có thể để lại một số hạt nguyên hạt để tạo thêm kết cấu cho món bánh mì kẹp thị t;

2. Trong chảo, đun nóng một ít dầu thực vật, tôi dùng khoảng 2 muỗng canh. Thêm hành tây và nấu cho đến khi vàng;

3. 3- Thêm đậu xay và trộn với hành tây. Nêm muối và hạt tiêu cho vừa ăn. Nếu hỗn hợp quá mềm, nhiều nước thì đun thêm một lúc nữa. Khuấy liên tục cho đến khi hỗn hợp bắt đầu đặc lại;

4. Tắt lửa và chờ cho nó ấm lên. Hãy nhớ rằng sau khi làm mát hỗn hợp sẽ trở nên đặc hơn. Đừng lo lắng nếu nó vẫn mềm và dính;

5. Thêm bột gạo và trộn;

6. Thoa một ít dầu thực vật lên tay và nặn bánh mì kẹp thị t theo kích cỡ bạn thích;

7. Đun nóng một ít dầu thực vật và chiên hamburger cả hai mặt cho đến khi vàng và giòn. Chỉ chiên những gì bạn sẽ tiêu thụ ngay lập tức.

Thiết lập bữa ăn nhẹ của bạn theo cách bạn thích.

84. Bánh mì kẹp thị t với bột gai dầu

Thành phần

- 1 gói men khô
- 200ml sữa
- 1 nhúm đường
- 170 g bột mì (mị n)
- 40 g bột gai dầu
- Một ít hạt nhục đậu khấu
- 1 muỗng cà phê bột cà ri
- 1/2 thìa cà phê muối
- 1 quả trứng
- **Chuẩn bị** 3 muỗng canh dầu ô liu

1. Trộn mầm khô với sữa, đường và một ít bột mì và để trong khoảng 15 phút ở nơi ấm áp, phủ khăn ấm.

2. Sau đó nhào với phần bột còn lại, bột gai dầu, nhục đậu khấu, bột cà ri, muối, dầu và lòng đỏ trứng (để lòng trắng trứng sang một bên để đánh) để tạo thành một khối bột mị n. tối thiểu Để tăng trong 30 phút.

3. Nhào bột kỹ một lần nữa, vo tròn bột và cắt thành 6 phần bằng nhau. Xoay lỏng lẻo từng phần giữa hai bàn tay khum cho đến khi bột có bề mặt mị n.

4. Đặt trên một tấm nướng có lót giấy nướng (không quá sát nhau) và đậy nắp lại trong khoảng. 15 phút. Phết lòng trắng trứng và nướng trong lò đã làm nóng trước ở nhiệt độ 220°C trong khoảng 15 phút.

85. Burger cá ngừ

Thành phần

- 600 g cá ngừ (tươi, chất lượng sashimi)
- 1 bó mùi tây
- 1 bó húng quế
- 1 bó bạc hà
- 4 cọng (s) hành lá
- 1 nhúm rau mùi (xay)
- 1 quả chanh (nước cốt và vỏ chanh)
- 1 quả ớt (thái nhỏ)
- 2 muỗng canh dầu ô liu

- Muối
- Hạt tiêu (mới xay)
- Lá rau diếp
- 4 cuộn ciabatta (hoặc cuộn burger)
- 1 quả chanh (thái lát)
- **Chuẩn bị** sốt cà

chua

1. Đối với bánh mì kẹp thị t cá ngừ, trộn cá ngừ, rau thơm, hành lá, rau mùi và vỏ chanh với ớt trong một cái bát. Ngoài ra, nếu bạn muốn có một phiên bản tự chế biến hơn, hãy thái nhỏ tất cả các nguyên liệu và trộn đều với nhau.

2. Đặt hỗn hợp trên một bề mặt làm việc sạch sẽ và cắt thành 4 miếng. Cắt nhỏ cá ngừ và chia thành từng miếng bánh mì kẹp thị t (MẸO: tay ướt sẽ không dính nhiều cá), trước tiên hãy nặn thành hình tròn rồi dùng tay ấn chặt.

3. Để miếng chả cá ngừ đã hoàn thành nghỉ trong nửa giờ bằng màng bọc thực phẩm hoặc thứ gì đó tương tự.
   Làm nóng trước chảo hoặc tốt nhất là vỉ nướng.

Phết dầu lên cả hai mặt miếng chả và rắc muối và tiêu.

4. Chiên từng ổ bánh trong khoảng. 2 phút ở cả hai mặt hoặc ở bất kỳ cấp độ nấu nào.

5. Rán nhẹ bánh mì kẹp thị t trên đĩa nướng / hoặc chảo có sườn và sau đó phủ miếng cá ngừ lên mỗi chiếc bánh mì kẹp thị t. Trang trí với sốt cà chua, lá rau diếp ướp và, nếu bạn thích, một lát cà chua.

86. Burger thị t xông khói

Thành phần

- 500 g thị t bằm (hỗn hợp)
- 6 ổ bánh mì (mua hoặc tự làm)
- 120 gram thị t xông khói
- 1 củ hành tây
- 1 quả cà chua
- 6 lát Gouda
- 6 lá xà lách
- Sốt cà chua
- Muối
- mayonaise
- **chuẩn bị** hạt tiêu

1. Đối với burger thị t xông khói, nêm thị t với muối và hạt tiêu, cắt thành lát mỏng và chiên trong một ít dầu.
2. Chiên thị t xông khói cho đến khi giòn. Cắt bánh ra. Đầu tiên quét sốt cà chua, sau đó cho

thị t lên trên rồi cho cà chua, hành tây, rau diếp và thị t xông khói lên trên.

3. Trang trí với sốt mayonnaise.

87. Bánh mì kẹp thị t Shimeji

Nguyên liệu

- Shimeji - 400g (2 khay)
- Vụn bánh mì - 1/2 chén (40g)
- Hẹ - 1/2 chén (35g)
- Bột mì nguyên chất - 1/4 cốc (35g)
- Dầu thực vật - 1 muỗng canh (15 ml)
- Nước tương - 1 muỗng canh (15ml)

- Tỏi - 4 tép (20 g)
- Muối - 1 muỗng cà phê (5 g) Đen
- **chuẩn bị** hương vị (tùy chọn)

1. Trong một cái chảo lớn, đun nóng dầu và thêm tỏi bóc vỏ và băm nhỏ. Xào cho đến khi có màu nâu nhạt.
2. Dùng tay tách shimeji ra khỏi bó và rửa nhanh dưới vòi nước chảy để không hấp thụ quá nhiều nước. Lau khô bằng khăn trà sạch để loại bỏ chất lỏng dư thừa.
3. Chuyển nấm vào chảo và thêm muối, nước tương và hạt tiêu đen (tùy chọn). Trộn đều và nấu. Để bánh hamburger có kết cấu và độ đặc hoàn hảo, bạn cần nấu shimeji cho đến khi phần lớn nước của nó bốc hơi hết.
4. Chuyển món hầm sang một cái rây và để nước thừa chảy ra cho đến khi nước còn ấm.
5. Trong một bộ xử lý thực phẩm, thêm shimeji, hẹ, vụn bánh mì và bột mì đa dụng. Xay mọi thứ cho đến khi mị n. Không trộn nguyên liệu quá lâu, hỗn hợp sẽ mộc và thô hơn để tạo kết cấu cho bánh

hamburger. Bột phải ẩm và có thể tạo hình mà không dễ bị nát.

6. Chia bột thành bốn phần bằng nhau và tạo hình bánh mì kẹp thịt.

7. trong chảo chống dính, đun nóng một ít dầu và chiên cả hai mặt của bánh hamburger cho đến khi vàng.

8. Lắp ráp món ăn nhẹ của bạn theo cách bạn thích và phục vụ khi còn nóng.

88. Burger dừa chuối

Thành phần

- 2 lát (s) bánh mì nướng
- 1 củ hành tây
- 1 tép tỏi
- 2 quả trứng (M)
- 1/4 muỗng cà phê ớt cayenne
- 1/4 thìa cà phê đinh hương (xay)
- 1/4 muỗng cà phê thì là (xay)
- 500 g thị t bằm (hỗn hợp)
- Muối
- tiêu
- 175 g cà chua bi
- 2 quả chuối (chắc, còn hơi xanh)
- 6 muỗng canh dừa nạo sấy
- 4 cuộn pita (để làm đầy)
- 4 xiên gỗ (dài)

- Chuẩn bị dầu (để đánh răng)

1. Đối với burger dừa với chuối, đầu tiên ngâm bánh mì nướng sơ qua nước, sau đó vớt ra cho thật chắc. Bóc vỏ và thái nhỏ hành và tỏi rồi cho vào tô cùng với trứng, gia vị và thịt băm. Nhào mọi thứ mạnh mẽ, nêm muối và hạt tiêu. Định hình thịt băm thành 4 miếng lớn, phẳng, bọc bằng giấy bạc và đặt trong tủ lạnh. Tưới nước cho xiên gỗ.

2. Làm nóng vỉ nướng. Cà chua bi rửa sạch, chuối gọt vỏ, cắt lát dày 3cm. Xiên gỗ khô và dầu và xen kẽ cà chua và lát chuối. Rải dừa nạo sấy ra đĩa.

3. Để vỉ nướng nóng, dầu tốt. Lật miếng chả băm nhỏ trong dừa nạo sấy, đặt lên vỉ và nướng trên lửa vừa trong 4-5 phút mỗi mặt, thỉnh thoảng phết dầu. Nướng các xiên chuối và cà chua trên mép vỉ nướng, phết dầu và nêm muối và tiêu. Cũng nướng nhanh các cuộn pita trên vỉ nướng.

4. Cho nhân dừa vào cuộn pita, bày ra đĩa cùng với cà chua và chuối xiên và phục vụ bánh burger dừa với chuối.

89. Hamburger trong falafel

Thành phần

Salad xà lách trộn:

- 1/2 chén bắp cải trắng
- 1/2 cốc. Của bắp cải đỏ
- 1/4 cốc. củ cà rốt
- 1 muỗng canh. (súp) sốt mayonnaise
- Nước cốt của 1 quả chanh
- 2 muỗng canh. (súp) đường
- 1 muỗng canh. (súp) sốt tiêu sriracha
- muối để hương vị

Bánh mì kẹp thị t:

- 150 g đậu xanh (đã nấu chín)
- ½ củ hành tây (xay)
- 1 tép tỏi (thái nhỏ)
- 2 muỗng cà phê. (súp) dầu ô liu
- Nước cốt của 1 quả chanh
- 1 1/2 muỗng canh. (súp) bột mì
- 1 muỗng canh. (trà) rau mùi
- 1 muỗng cà phê. (súp) thì là
- 1 muỗng canh. (cà phê) pimenta syria
- muối để hương vị

nhạc đệm:

- Đông lại
- **chuẩn bị** bánh mì brioche

1. Nghiền đậu xanh với một ít dầu và nước cốt chanh cho đến khi tạo thành hỗn hợp sệt. Chuyển sang một cái bát và trộn tất cả các thành phần khác. Vo viên lại, thoa chút dầu,

thêm chút bột mì (để không dính) và chiên với chút dầu trên lửa lớn cho đến khi chín vàng.

2. Bơ cả hai phần của bánh mì và đặt lên vỉ nướng để bánh nóng và ngon hơn. Sau đó, chỉ cần đặt đủ sữa đông lên cả hai mặt bánh mì, bánh mì kẹp thị t và salad xà lách trộn là xong.

90. Burger cà rốt và gạo không chúa gluten

Thành phần

- 2 chén cơm hoặc cơm risotto còn sót lại
- 1 chén cà rốt nạo mị n (có thể chế biến)
- 1 củ hành tây nhỏ (tôi dùng màu tím vì đó là thứ tôi có)
- 1/4 chén rau mùi tây xắt nhỏ
- 2 muỗng canh men dinh dưỡng (tùy chọn)
- 1 muỗng canh nước tương (tùy chọn)
- 1 muỗng canh rau mùi tây hoặc oregano khử nước
- 1/4 chén đậu xanh hoặc bột mì không chứa gluten khác
- dầu thực vật để bôi trơn tấm nướng
- muối và hạt tiêu theo sở thích của bạn

Sự chuẩn bị

1. Trong một cái bát, trộn các thành phần và cuối cùng thêm bột mì. Bạn có thể sử dụng bất kỳ loại bột mì không chứa gluten nào. Tôi đã sử dụng đậu xanh vì đó là những gì tôi có ở nhà. Nếu muốn, bạn có thể sử dụng lúa mì nguyên

chất hoặc bột mì trắng với cùng một lượng được chỉ đị nh trong công thức. Điểm lý tưởng để tạo hình hamburger là khi chúng không còn dính vào tay bạn. Nếu cần có thể cho thêm một ít bột để có thể tạo hình dễ dàng hơn.

2. Tạo những quả bóng có kích thước bạn muốn và tạo hình những chiếc bánh mì kẹp thị t bằng tay. Đặt trên một tấm nướng dầu.

3. Cho vào lò nướng đã làm nóng sẵn để nướng ở nhiệt độ 180C trong khoảng 30 phút

   hoặc cho đến khi vàng. Nửa chừng của quá trình, lật bánh mì kẹp thị t bằng thìa để chúng được nướng đều cả hai mặt.

4. Được rồi, và chỉ cần phục vụ món ngon này theo ý thích của bạn. Tôi phục vụ nó với một đĩa salad. Nếu bạn muốn kết hợp chiếc bánh hamburger của mình với bánh mì, xà lách, cà chua và hành tím thái mỏng, dưa chuột, bơ, sốt mayonnaise, sốt cà chua... Thật tuyệt vời.

91. Burger cà rốt mè với bơ

Thành phần

- 400 g cà rốt (4 củ cà rốt)
- 1 quả trúng
- 30 g vụn bánh mì (3 muỗng canh)
- 10 g tahini (1 muỗng cà phê)
- Muối
- tiêu
- 1 nhúm thì là
- 1 nhúm rau mùi đất
- 4 bánh bao nhẹ
- 30 g kem salad (2 muỗng canh)
- 40 g kem chua (2 muỗng canh)
- 2 muỗng canh nước cốt chanh
- 1 quả bơ chín

- 2 muỗng canh dầu thực vật • 1 củ hành tím
- 40 g rocket (bó)
- 80 g tương ớt xoài (4 tbsp)

Các bước chuẩn bị

1. Gọt vỏ và nạo sơ cà rốt. Nhào với trứng, vụn bánh mì và bột tahini thành bột dẻo và nêm muối, tiêu, thì là và rau mùi.
2. Cắt đôi các cuộn theo chiều ngang và nướng chúng trên giá dây dưới vỉ nướng đã được làm nóng trước với mặt cắt hướng lên trên cho đến khi có màu vàng nâu. Hủy bỏ và đặt sang một bên.
3. Trộn kem rau diếp với kem chua và nêm muối, hạt tiêu và một chút nước cốt chanh.
4. Bổ đôi, bỏ lõi và gọt vỏ quả bơ, cắt cùi thành miếng nhỏ và trộn với phần nước cốt chanh còn lại.
5. Đị nh hình bột thành 4 viên thị t. Đun nóng dầu trong chảo. Chiên thị t viên trong đó trên lửa vừa ở cả hai mặt trong khoảng 6 phút cho đến khi vàng nâu.
6. Gọt vỏ hành tây và cắt thành những vòng nhỏ. Rửa tên lửa và vắt khô.
7. Phết hỗn hợp kem rau diếp lên nửa dưới của cuộn và rắc bơ lên trên. Đặt 1 viên cà rốt lên

mỗi viên, phủ hành tây và rưới tương ớt lên trên. Đậy bằng tên lửa và đặt bánh lên trên.

92. Burger bột yến mạch với củ dền và quả óc chó

nguyên liệu

- 120 g bột yến mạch mị n
- 80 g bột yến mạch thô
- 4 muỗng canh hạt lanh nghiền
- 2 củ dền (đóng gói hút chân không)
- 360ml nước củ dền
- 2 củ hành tím
- 2 tép tỏi
- 3 muỗng canh dầu hạt cải

- 2 muỗng cà phê hạt mù tạt
- 2 muỗng cà phê hạt rau mùi
- 4 muỗng cà phê bột paprika ngọt
- 200 ml nước luộc rau
- 6 muỗng canh nước tương
- 2 nắm rau arugula
- 2 muỗng canh bơ thực vật thuần chay
- 3 tsp bột mì spelt loại 1050
- 5 muỗng canh men mảnh
- 1 muỗng cà phê mù tạt
- Muối
- tiêu sọ
- 1 nhúm nghệ
- 4 bánh burger
- 2 muỗng cà phê xi-rô phong
- 20 g quả óc chó nửa quả óc chó

Các bước chuẩn bị

1. Trộn bột yến mạch và hạt lanh trong một cái bát. Để ráo nước củ dền và lấy nước cốt, đổ nước củ dền vào đầy bình cho đủ 360 ml. Bóc vỏ hành tây và tỏi, thái hạt lựu 1 củ hành tây cùng với tỏi thật nhuyễn, củ hành tây còn lại cắt khoanh và để sang một bên.

2. Phi thơm hành tây và tỏi băm nhỏ trong chảo với 1 thìa canh dầu, cho hạt đập dập vào cối và rắc ớt bột lên hành tây. Chiên nhanh, sau đó khử men với nước dùng rau củ, nước củ dền và nước tương, đun nhỏ lửa trong thời gian ngắn, đổ bột yến mạch lên trên và để ngấm trong 10 phút.
3. Trong khi đó, cắt củ dền thành lát mỏng. Làm sạch và rửa xà lách tên lửa và lắc khô.
4. Đun chảy bơ thực vật trong nồi, dùng máy đánh trứng khuấy đều bột mì, khử men với 120 ml nước. Khuấy men mảnh với mù tạt, muối, hạt tiêu và bột nghệ và đun sôi. Để nhỏ lửa cho đến khi một loại kem đặc được hình thành.
5. Đị nh hình hỗn hợp bột yến mạch thành 4 miếng và nướng trong chảo có tráng dầu còn lại trong khoảng 4 phút ở lửa vừa, lật mặt và kết thúc quá trình nướng.
6. Trong khi đó, nướng bánh mì kẹp thị t, phết một nửa lượng men tan chảy lên trên, rắc củ cải đường, hành tây chiên và rau rocket, rưới một ít xi-rô cây phong lên món salad, sau đó đặt các miếng bột yến mạch lên trên, rắc phần men tan chảy còn lại và quả óc chó và đặt trên nắp burger.

93. Burger gà tây và dưa leo

Thành phần

- thang cuốn gà tây 600 g
- 12 lá xà lách
- 1 quả dưa chuột
- 6 muỗng canh sốt mayonaise
- 6 ổ bánh mì (hoặc 1 ổ bánh mì lớn)
- Muối
- tiêu
- **Chuẩn bị** bơ (để chiên)

1. Đối với bánh mì kẹp thị t gà tây và dưa chuột, hãy rửa lá rau diếp và lau khô. Dưa chuột rửa sạch và cắt thành lát. Nêm gà tây với muối và hạt tiêu. Đun nóng bơ trong chảo và chiên schnitzel cả hai mặt trong 4-5 phút.

2. Lấy ra khỏi chảo và cắt thành dải. Cắt các cuộn bánh mì theo chiều dọc và phủ sốt mayonnaise lên nửa dưới của bánh mì. Đặt lá rau diếp và lát dưa chuột lên trên, trải các dải thị t gà tây lên trên và đóng bánh mì lại.

94. Hamburg kinh điển

Thành phần

- 600 g thị t bò xay
- 2 tép tỏi
- Muối
- tiêu
- 1 muỗng canh sốt Worrouershire
- 1 củ hành tây
- 2 quả cà chua
- 4 lát phô mai cheddar (tùy bạn chọn)
- 4 bánh hamburger
- 4 muỗng cà phê sốt cà chua
- Lá rau diếp
- 4 muỗng cà phê **chuẩn bị mù tạt**

1. Trộn đều hạt tiêu, muối, tỏi và sốt Worrouershire đã băm nhỏ. Mùa tốt và hình thành 4 bánh mì kẹp thị t ra khỏi chúng. Gọt vỏ hành tây và cắt thành vòng. Cà chua rửa sạch, cắt lát. Nướng bánh mì kẹp thị t trong

khoảng 15 phút. Đổ phô mai lên trên và nướng trong khoảng 2 phút. Cắt đôi ổ bánh mì, nướng với mặt cắt úp xuống trong 1-2 phút. Chải đáy bằng nước sốt cà chua. Phủ cà chua, hành tây, rau diếp, bánh mì kẹp thị t và mù tạt lên trên. Đặt các đầu cuộn lên trên.

95. Bánh mì kẹp thị t kiểu Đị a Trung Hải

Thành phần

- 1 miếng. Bánh mì cuộn (hoặc ciabatta)
- 1 muỗng canh sốt pesto tên lửa
- 100 g feta
- 2 muỗng canh ajvar

- 1 nắm tên lửa
- Muối
- tiêu **chuẩn bị** dầu ô liu

1. Đối với món bánh mì kẹp thị t ăn nhẹ, hãy cắt đôi chiếc bánh mì và phủ sốt pesto tên lửa lên đế. Cho feta lên trên và nêm muối và tiêu. Mưa phùn với một vài giọt dầu ô liu.
2. Trải ajvar lên trên và trên cùng với tên lửa mới. Che với đỉ nh của búi tóc.

96. Burger gà sốt mayonnaise tỏi

Thành phần

Đối với burger gà:

- 4 miếng phi lê ức gà

- 125ml nước cốt chanh
- 1 muỗng canh tương ớt (ngọt)
- 4 lát (s) thịt xông khói
- 4 bánh burger
- 4 lá xà lách (xanh)
- 4 quả cà chua cocktail

1/2 ớt chuông

Đối với sốt mayonnaise tỏi:

- 2 lòng đỏ trứng
- 2 tép tỏi (nghiền nát)
- 1 muỗng canh mù tạt Dijon
- 1 muỗng canh nước cốt chanh
- 125 ml dầu ô liu **chuẩn bị**

1. Đối với món burger gà, trộn nước cốt chanh và tương ớt với sốt mayonnaise tỏi rồi rưới lên gà. Cho vào bát, đậy nắp và ngâm trong vài giờ. Cắt ớt chuông thành dải và trộn lòng đỏ trứng, tỏi, mù tạt và nước cốt chanh trong máy xay thực phẩm để làm sốt mayonnaise.
2. Để dầu chảy thành dòng mỏng khi máy đang chạy. Trộn cho đến khi mayonnaise kem và làm lạnh. Cắt đôi miếng thị t xông khói theo chiều ngang, chiên gà và thị t xông khói trên chảo nóng trong 5 phút.
3. Lấy thị t xông khói ra khỏi chảo và chiên thị t trong 5 đến 10 phút, thỉ nh thoảng trở mặt. Lên trên những chiếc bánh mì kẹp thị t thái lát với rau diếp, cà chua, thị t gà, thị t xông khói và dải ớt bột.

4. Cuối cùng, rắc một ít sốt mayonnaise tỏi lên trên và phủ kín nửa trên của chiếc bánh. Phục vụ bánh mì kẹp thị t gà với sốt mayonnaise tỏi.

97. Burger bít tết cao cấp

Thành phần

- 1 miếng bít tết porterhouse (khoảng 1 kg)
- Muối biển, thô
- bánh mì kẹp thị t
- 4 muỗng canh sốt mayonaise
- hương thảo tươi
- củ cải muối

Đối với hành balsamic:

- 2 củ hành tây
- 2 muỗng canh dầu

5 muỗng canh giấm balsamic

- 1 muỗng canh đường, màu nâu
- 1 muỗng cà phê bột ớt
- muối, hạt tiêu

Sự chuẩn bị

5. Bít tết được rắc muối lên cả hai mặt 30 phút trước khi nướng. Trộn sốt mayonnaise hương thảo với sốt mayonnaise, lá hương thảo tươi (1 thìa cà phê xắt nhỏ) và một chút hạt tiêu. *nướng*
6. Lò nướng được chuẩn bị để nướng trực tiếp và gián tiếp. Đầu tiên, bít tết được nướng cả hai mặt trong 3 phút mỗi mặt ở nhiệt độ cao và trực tiếp. Ngay sau khi chúng tôi tạo cho thị t một lớp vỏ đẹp, nó sẽ chuyển sang mặt gián tiếp, nơi chúng tôi kéo thị t đến độ chín mong muốn.
7. Trong khi đó, chuẩn bị hành balsamic. Dầu được làm nóng trong chảo, sau đó thêm hành tây. Hành tây được nêm với hạt tiêu, muối, bột ớt và đường. Ngay khi hành chuyển sang màu trong, đổ giấm balsamic vào chảo và tiếp tục chiên trên lửa nhỏ cho đến khi giấm balsamic ngấm vào hành.
8. Khi thị t đã đạt đến nhiệt độ mục tiêu - ở đây là 55 ° C trong lõi - nó được cắt thành lát và rắc nhẹ tiêu và muối. Nửa dưới của bánh được phủ sốt

mayonnaise hương thảo, thị t, hành balsamic và củ cải thái lát được đặt lên trên - đã hoàn thành!

98. Bánh mì kẹp thị t Falafel

Thành phần

Đối với falafel:

- 125 g đậu gà (đã ngâm)
- 1/2 củ hành tây (đã rang)

1 tép tỏi (nghiền nát)

- 2 muỗng cà phê mùi tây (thái nhỏ)
- 1/4 muỗng cà phê thì là

- 1/4 muỗng cà phê rau mùi
- 1/4 muỗng cà phê bạch đậu khấu
- 1 nhúm tiêu
- 1 muỗng canh bột mì
- 1 muỗng canh hạt vừng
- 1/4 muỗng cà phê *muối*
- 2 bánh burger
- 2 quả cà chua (nhỏ)
- 4 muỗng canh xà lách iceberg (cắt mì)
- 4 muỗng canh **chuẩn bị nước sốt cocktail**

4. Đối với bánh mì kẹp thịt falafel, không băm nhỏ đậu gà đã ngâm qua đêm với hành và tỏi bằng máy trộn, nhào với gia vị , muối và bột mì. Để yên trong tủ lạnh trong 1 giờ.

5. Dùng tay ẩm nặn hỗn hợp thành 2 miếng chả, lăn qua mè và chiên trong dầu nóng 180°C.

6. Cắt các cuộn và nướng cho đến khi có màu nâu nhạt, phủ cà chua thái lát lên trên, rau diếp và nước sốt cocktail, đặt các lát falafel lên trên và phủ nửa sau của cuộn.

99. Phô mai và bánh mì kẹp thịt pita

Thành phần:

- 20 g phô mai bánh sandwich
- 4 quả cà chua
- 2 bánh mì pita
- 2 lá rau diếp xanh
- 2 muỗng canh dầu
- 1 củ hành đỏ
- 0,5 cốc nước ấm
- Muối
- tiêu

Đối với bánh mì kẹp thịt:

- 200 g thịt heo bằm

- 2 tép tỏi
- 1 quả trứng
- 1 muỗng cà phê bạc hà thái nhỏ
- 1 muỗng cà phê oregano khô
- 0,5 muỗng cà phê **chuẩn bị hạt tiêu xay:**

3. Rửa rau và để ráo nước. Cho xà lách ra đĩa. Thái lát cà chua. Gọt vỏ hành tây và cắt thành lát mỏng. Ngâm bánh mì pita với nước ấm, cho vào chảo nóng không dầu và chiên mỗi mặt trong 40 giây. Thêm chiên vào rau diếp.
4. Chuẩn bị bánh mì kẹp thị t: cho thị t băm vào tô, thêm bạc hà xắt nhỏ, rau oregano khô, hạt tiêu xay, nêm nếm với một chút muối và hạt tiêu và thêm một quả trứng. Nhào toàn bộ bằng tay, sau đó tạo thành miếng nhỏ. Cho tất cả vào chảo dầu nóng và chiên vàng đều hai mặt. Lấy chiên ra khỏi bếp và thêm vào các thành phần. Sau đó thêm pho mát bánh sandwich và rau xắt nhỏ vào đó.

100. Bánh mì kẹp thị t Halloumi

Thành phần

- 2 ciabatt
- 250 g hành lang
- 1 quả bơ
- 1/2 quả chanh
- 2 muỗng canh dầu ô liu
- 2 quả cà chua
- Muối
- **Chuẩn bị** dầu ô liu (để chiên)

1. Đối với món bánh mì kẹp thị t halloumi, trước tiên hãy cắt quả bơ theo chiều dọc, bỏ lõi, dùng thìa cạo sạch cùi và cho vào một chiếc bát nhỏ. Trộn với 2 muỗng canh dầu ô liu, nước ép và vỏ của nửa quả chanh và một chút muối cho đến khi có dạng kem.

2. Cắt ciabatta theo đường chéo và phết kem bơ lên cả hai nửa.
3. Cắt halloumi thành lát và chiên trong chảo không dính với một ít dầu ô liu cho đến khi giòn.
4. Phết pho mát lên nửa ciabatta, phủ các lát cà chua và gấp lại.
5. Phục vụ burger halloumi ấm áp.

PHẦN KẾT LUẬN

Công thức làm bánh mì kẹp thị t đôi khi nhanh chóng và cổ điển, đôi khi tinh tế và mới mẻ: đây là cách bạn có thể làm bánh mì kẹp thị t ngon dễ dàng tại nhà!

CPSIA information can be obtained
at www.ICGtesting.com
Printed in the USA
LVHW081919220223
740172LV00011B/857

9 781783 571444